ஆல்ஃபா

டி.டி. ராமகிருஷ்ணன்

தமிழில் : குறிஞ்சிவேலன்

டி.டி.ராமகிருஷ்ணன், கேரள மாநிலம் திருச்சூர் அருகே எய்யால் எனும் கிராமத்தில் 1961-ல் பிறந்தவர். ஆல்வாய் யூ.ஜி. கல்லூரியில் பட்டப் படிப்பைப் பூர்த்தி செய்தபிறகு தென்னக ரயில்வேயில் டிக்கெட் பரிசோதகராகப் பணியில் சேர்ந்தார். இப்போது பாலக்காடு ரயில்வே கட்டுப்பாட்டுக் கோட்டத்தில் துணைத் தலைமைக் கட்டுப்பாட்டு அலுவலர்.

'ஆல்ஃபா' இவரது முதல் படைப்பு. ஷோபா சக்தியின் 'ம்' நாவல், சாருநிவேதிதாவின் 'தப்புத் தாளங்கள்' மற்றும் 'கண்ணாயிரம் பெருமாளின் நாற்பது கதை களும் சில பின்குறிப்புகளும்' ஆகிய படைப்புகளை மலையாளத்துக்கு மொழியாக்கம் செய்துள்ளதுடன், 'தமிழ் மொழி அழகு' எனும் தலைப்பில் பல தமிழ்ப் படைப்பாளிகளை நேர்காணல் கண்டு மலையாள மொழி இதழ்களில் எழுதி வருகிறார்.

ஆல்ஃபா

டி.டி. ராமகிருஷ்ணன்
தமிழில் : குறிஞ்சிவேலன்

கிழக்கு

ஆல்ஃபா *(நாவல்)*
Alpha (Novel)
by T.D. Ramakrishnan ©
Tamil Text Copyright: Kurinjivelan

First Edition : November 2005
136 Pages

ISBN 978-81-8493-089-9
Title No. Kizhakku 90

Kizhakku Pathippagam
177/103, First Floor,
Ambal's Building, Lloyds Road,
Royapettah, Chennai 600 014.
Ph: +91-44-4200-9603

Email : support@nhm.in
Website : www.nhm.in

Kizhakku Pathippagam is an imprint of New Horizon Media Private Limited

நூலடக்கம்

முன்னுரை

சம்பிரதாயமான நாவல்கள் வாழ்க்கை அனுபவங்களை விவரிப் பதாகவோ, சமூகச் சூழ்நிலைகளை விளக்குவதாகவோதான் பெரிதும் எழுதப்படுகின்றன. ஆனால் பின்நவீனத்துவ நாவல்கள் மரபான கதைசொல்லல் முறையிலிருந்து தன்னை விடுவித்துக் கொண்டு கதையை ஒன்று சேர்த்து வளர்க்கும் நேர்கோட்டுத் தன்மைக்கு எதிரான நிகழ்வுகளைச் சிதறடிக்கும் ஒரு கதை முறையை நாவலாக முன்வைக்கிறது. அந்த வகை நாவல் களுக்கு முன்னோடியாக ஜேம்ஸ் ஜாய்ஸின் யூலிசிஸ்ஸைச் சொல்லலாம். அது பரிசோதனை நாவல்களில் மிகுந்த சர்ச்சைக்குள்ளானது.

இன்று நாவல் என்பது வெறும் கதை சொல்லும் வடிவமல்ல. அது பல்குரல் கொண்டதாகவும், ஒன்றுக்கு மேற்பட்ட கதை யாடல்கள் கொண்டதாகவுமே எழுதப்படுகிறது. இதற்கு ஒரு நல்ல உதாரணம், செர்பிய எழுத்தாளரான மிலோராத் பாவிச்சின் 'டிக்ஷனரி அப் கசார்ஸ்' நாவல். ஆனால் இந்த வகை நாவல்கள் தமிழில் இன்னும் எழுதப்படவில்லை.

டி.டி. ராமகிருஷ்ணன் சமகால மலையாள இலக்கியத்தின் முக்கிய எழுத்தாளர். இவரது முதல் நாவல் ஆல்ஃபா. தமிழ்க் கவிஞர்களையும் எழுத்தாளர்களையும் மலையாள இலக்கிய உலகுக்குத் தொடர்ந்து அறிமுகம் செய்துவரும் தேர்ந்த மொழி பெயர்ப்பாளர்.

'ஆல்ஃபா' ஒரு சம்பிரதாயமான நாவல் அல்ல. அது வாழ்க்கை அனுபவங்களை விவரிக்கவில்லை. மாறாக அனுபவத்தைத் தேடிச் சென்ற வாழ்க்கையை விவரிக்கிறது. ஓர் ஆய்வுப் பொருளை விளக்குவது போல மனித நாகரிகத்தின் தொடக்கக்

காலத்துக்கு வாசகனை அழைத்துச் சென்று கடந்து வந்த பாதையைப் பற்றியும் உருவாக்கிய கருத்துருவங்கள் பற்றியும் ஆராய்கிறது. இன்றுவரை நாம் அறிந்து வைத்திருக்கும் நாகரிகம், மொழி, கலாசார வளர்ச்சி யாவும் மனித இருப்புக்கு எந்த அளவு துணை போகிறது, எந்த அளவு தடையை உருவாக்கியிருக்கிறது என்பதை ஆராய்கிறது. இந்த வகையில் அரிஸ்டாட்டில், பிளேட்டோ போன்றோரின் தர்க்கவாதம் போல நீண்ட விவாதத் தன்மை வாய்ந்ததாக உள்ளது.

கதை சொல்லும் முறையில் காலத்தின் முன்னும் பின்னுமாக நகர்ந்து சிறுசிறு சம்பவங்களாலும் நினைவுகளாலும் நாவல் விவரிக்கப்படுகின்றது. இந்நாவலின் கதை ஆல்ஃபா என்ற தீவில் ஆய்வு செய்வதற்குச் சென்ற பதிமூன்று பேரின் கதை. ஆனால் அவர்கள் ஆய்வு செய்யச் சென்றது தங்களைப் பற்றித்தான்.

வாழ்க்கையை மறுத்து வெளியேறிய துறவி தனிமையில் தன்னை அறிவது போல, சமகாலத்திலிருந்து விடுபட்டு ஆதிமனித நாள்களைத் தேடிச் சென்று கட்டுப்பாடற்ற வாழ்க்கையை வாழ்ந்து பார்ப்பதற்கு முயன்ற பதிமூன்று அறிவாளிகளின் கதையைச் சொல்கிறது இந்நாவல். நெசவாளியின் தறியில் ஓடம் முன் பின்னாகப் போய் வருவது போல காலத்தை இங்குமங்கும் ஓடியாடும்படி செய்கிறது.

முன்னோக்கிச் சென்று கொண்டிருக்கும் ஆற்றின் எதிர்த் திசையில் பயணம் செய்து ஆற்றின் முகத்துவாரத்தைத் தேடிப் போகும் வேட்கை என்று கூடச் சொல்லலாம். ஆண்களும் பெண்களும் இந்தச் சுயபரிசோதனை ஆய்வில் தங்களது இருள்பகுதியைத் தாங்களே கண்டறிகிறார்கள். அப்போது இவர்கள் அறிந்து கொள்ளும் உண்மை கசப்பேறியிருக்கிறது. குடும்பம் என்ற அமைப்பு எப்படி உருவானது என்று தேடி குகைமனிதனைப் போல தாங்களே தங்களது இச்சைகளின் ஊற்றுக் கண்ணைக் கண்டடைகிறார்கள். மறுக்கப்படும் அறிவு, வன்முறையை உருவாக்குகிறது. ஒருவகையில் பரிசோதனை எலிகள் போல இவர்கள் வாழ்வும் எதிர்பாராமைக்குள் சிக்கிக் கொள்கிறது.

இந்த நாவல் சமகால வாழ்க்கை குறித்த கேள்விகளை முன்வைக் கிறது. ஆனால் கேள்விகளை சில நிகழ்வுகளாக மாற்றி நம்

முன்னே நிகழ்த்திக் காட்டுகிறது. இதற்கான நிரந்தரமான ஒரு பதிலைத் தேடுவதை விடவும் கேள்வி உருவாக்கும் கொந்தளிப்பைப் புரிந்து கொள்வதும் அதற்கு எதிர்வினை கொள்வதுமே போதுமானது என்ற நிலைப்பாட்டினையும் எடுக்கிறது.

பின்நவீனத்துவ நாவல்கள் உருவாகி வரும் சமகாலச் சூழலில் இதுபோன்ற நாவல்களுக்கு மிகுந்த முக்கியத்துவமிருக்கின்றது. இதனைச் செழுமையாக மொழிபெயர்த்துள்ள குறிஞ்சிவேலன் அவர்களின் பணியும் பாராட்டுக்குரியது. நுட்பமாகவும் மூலப்பிரதிக்கு இணையாகவும் அமைந்துள்ளது தமிழாக்கம்.

ஒரு வகையில் இதை ஒரு விஞ்ஞான புனைகதை என்று வகைப்படுத்த முடியும். இன்னொரு வகையில் இது தீவில் மாட்டிக் கொண்டு தப்பிக்கும் கிரேக்க காவியமான இலியத்தை, ஷேக்ஸ்பியரின் டெம்பெஸ்டை நினைவுபடுத்துகிறது. இந்த வகையில் டி.டி. ராமகிருஷ்ணனின் முதல் நாவல் இது என்பது வியப்பளிக்கிறது. மலையாளத்தில் வெளியாகி மிகுந்த சர்ச்சைக் குள்ளான இந்நாவல் தமிழ் நாவல் பரப்பிலும் தனிக் கவனம் பெறும் என்றே தோன்றுகிறது.

– எஸ். ராமகிருஷ்ணன்

1

1973 ஜனவரி ஒன்று

அந்தத் தீவு தூரத்தில் கடலின் சாம்பல் நிறத்துக்கிடையே ஒரு பச்சைநிறப் பொட்டுபோல் தெளியத் தொடங்கியது. இன்னும் நான்கைந்து கிலோ மீட்டர் தூரம் மட்டும்தான். குழுவிலுள்ள எல்லோரும் பைனாக்குலர் மூலம் வெகு கவனத்துடன் தீவைப் பரிசோதிக்கத் தொடங்கினார்கள். இலங்கையிலிருந்து எழு நூற்றி ஐம்பத்தொன்பது கிலோ மீட்டர் தெற்கே இந்து மகா சமுத்திரத்தில் பதினேழே முக்கால் சதுர கிலோ மீட்டர் பரப்பளவுள்ள அந்தத் தீவுக்கு அவர்கள் பயணம் புறப்பட்டு இன்றோடு நான்காவது நாளாகும். நான்கு இரவுகளும் மூன்று பகலும் முடிந்து இன்று நான்காவது பகலின் தொடக்கம். சூரியன் உதித்து மேலெழும்பத் தொடங்கி சில நிமிடங்கள்தான் கழிந்துள்ளன. அவர்களுடைய சிறிய மோட்டார் படகு உயர்ந் தெழும்பும் அலைகளின் ஊடாக தீவைக் குறிக்கோளாக்கி நகர்ந்தது. குழுவிலுள்ள பதிமூன்று பேர்களிடமும் என்ன வென்று அறிய முடியாத எதிர்பார்ப்பு நிறைந்திருந்தது. அவர்கள் ஒரு பெரிய ஆராய்ச்சியின் மும்முரத்தில் ஈடுபட்டிருந்தார்கள்.

ஆல்ஃபா...

பேராசிரியர் உபலேந்து சாட்டர்ஜியால் அந்தத் தீவுக்கு வைக்கப்பட்ட பெயர். வெளியிடப்பட்ட எந்தவொரு பூகோளப் படத்தை எடுத்துப் பார்த்தாலும் கண்டுபிடிக்க முடியாத அளவுக்கு தெளிவற்றதும், எந்தவொரு தேசமும் உரிமை கொண்டாடாததுமான அச்சிறிய தீவை ஆராய்ச்சிக்காகத் தேர்வு செய்தது பேராசிரியர்தான். இருபத்தைந்து ஆண்டுகள் வரை நீளக்கூடிய ஒரு நீண்ட ஆராய்ச்சி அது. ஜவஹர்லால் நேரு பல்கலைக்கழகத்தில் மானுடவியல் பேராசிரியராக இருந்தார் அவர். அவருடன் இணைந்து வந்துள்ள மற்ற பன்னிரண்டு

பேர்களும் பல்வேறு துறைகளிலிருந்து வந்த நண்பர்கள். வேதியியலிலோ தாவரவியலிலோ நடத்தப்படும் ஆராய்ச்சி போன்றதல்லவே இந்த மானுடவியல்! அதுவுமல்லாமல், இங்கு ஆராய்ச்சி நடத்த வந்திருப்பவர்களேதான் ஆராய்ச்சிக்கான பொருளுமாவார்கள். அவர்களின் சொந்த வாழ்க்கையையே இதற்காகப் பயன்படுத்த வந்திருக்கிறார்கள். அதனுடைய பலனை யும் பலனற்றவையுமெல்லாம் நேரிடையாக அவர்களே அனுபவிக்க வேண்டியதாகிறது. தம் நரைத்த தாடியைத் தடவிக் கொண்டே அப்போதும் தீவை நோக்கியவாறே அமர்ந்து இருந் தார் பேராசிரியர். அந்தத் தீவை அடைவதற்கு இன்னும் கொஞ்ச நேரமே போதும். படகு ஒருபோதும் கரையை நெருங்கக் கூடாது. கழுத்தளவு தண்ணீருள்ள இடத்தில் படகை நிறுத்தி எல்லோரும் இறங்கிவிட வேண்டும். அதன்பின் அங்கிருந்தே ஆராய்ச்சியைத் தொடங்கிவிட வேண்டும். அதுவும் மனித இனம் தோன்றியது முதல் இன்று வரையில் சேகரித்த எல்லா தேடல்களையும் விவரங்களையும் ஒதுக்கிவிட வேண்டும். அதாவது, மீண்டும் பூஜ்ஜியத்துக்குள்... ஆதிக்குள்... ஆமாம், அங்கிருந்துதான் மீண்டும் தொடங்க வேண்டும்... இல்லையென்றால் ஆல்ஃபா, பீட்டா... காமா என்று இப்படியாவது.

குழுவிலுள்ள எல்லோருமே மிகவும் மனக் குழப்பத்தில் இருந் தார்கள். பேராசிரியரின் ஆராய்ச்சியைப் பற்றி ஒரு தெளிவான அறிதலோடுதான் அவர்களெல்லாம் ஆல்ஃபாவுக்குப் புறப் பட்டார்கள். எல்லா விஷயங்களையும் பற்றி தனித்தனியாகவும் குழுவாகவும் பல தடவைகள் அவர்களிடம் பேராசிரியர் விவாதித்துமுள்ளார். அது மட்டுமல்லாமல், யாரிடமும் சிறிய தொரு நிர்ப்பந்தத்தையும் திணிக்காமல், அவர்களுக்கு ஏற்படப் போகும் இழப்புகளும்கூட அவர்களின் சொந்த வாழ்வே என்பதையும், அதனால் கிடைக்கப் போகும் பலனைப் பற்றியும் பெரிய எதிர்பார்ப்புகள் வேண்டாம் என்பதையும் அவர் சொல்லி யிருந்தார். இருந்தும் இந்தப் பன்னிரண்டு பேர்களும் அவருடன் வந்தார்கள். தேசத்தின் பல பகுதிகளிலிருந்து படிப்புக்காகவும் ஆராய்ச்சிக்காகவும் வந்தவர்களும் சில பத்திரிகையாளர்களும் எழுத்தாளர்களும் அடங்கிய ஒரு சிறு குழுதான் அவர்கள். தங்க ளிடமுள்ள அனைத்தையும் இழக்கவும் மனதார ஒத்துழைக்கவும் அவர்கள் தயாராக இருந்தார்கள். என்றாலும், ஆராய்ச்சியை நெருங்கும்போது, இதுவரையில் அவர்கள் தேடிய எல்லா வற்றையும் இழக்க வேண்டும் என்று நேரும்போது, அலைகளின்

தாளத்துக்கும் படகின் ஓசைக்கும் இடையே அவர்களின் மனப் போராட்டத்தின் மௌனமும் புகைந்து கொண்டிருந்தது.

எல்லோருக்கும் என்னவெல்லாமோ பேச வேண்டும்போல் இருந்தது. பலவற்றைப் பற்றியும் பேராசிரியரிடம் கேட்க வேண்டும்போல் இருந்தது. ஆனால், யாராலும் ஒரு வார்த்தை கூடப் பேச முடியவில்லை. அவர்கள் கவலை அடைந்தவர் களாக இருந்தார்கள் என்று சொன்னால், அதுவும் சரியாக இருக் காது. அதற்குப் பதில் உள்ளார்வம் மிக்கவர்களாக இருந்தார்கள். அவர்கள் அனைவருமே ஏறக்குறைய முப்பது வயதை நெருங்கிக் கொண்டிருந்தவர்கள். நல்ல படிப்பாளிகள். பல்வேறு துறை களில் ஆராய்ச்சி வரை சென்றவர்கள். அவர்கள் இதுவரையில் பெற்ற அறிவும், பட்டம் பதவிகளும், செல்வங்களும் எல்லாம் சில நிமிடங்களுக்குள் இல்லாமல் போகப் போகின்றன. படகிலிருந்து கீழே இறங்கிவிட்டால் ஆராய்ச்சியின் நியதிகளை அனுசரித்துதான் வாழ வேண்டும். அதன்பின் அவர்கள் ஆதி மனிதர்கள்தான், அதுவரையில் அவர்கள் தேடிய எல்லா அறிவியல் அனுபவங்களையும் ஒதுக்கிவிட வேண்டும்.

வரப்போகும் இருபத்தைந்தாண்டுகளும் சமூக சட்டதிட்டங்கள் இல்லாமல், எந்தவொரு வகையிலுமான நியதிகளில்லாமல் ஆதிமனிதர்களாக வாழ வேண்டும். அவர்களுக்கு இனிமேல் மொழிகளில்லை, ஆடைகளில்லை, ஆயுதங்களில்லை, இருப் பிடம் இல்லை, நவநாகரிக உலகில் அவர்கள் இதுவரையில் அனுபவித்த சுகவசதிகள் எதுவுமில்லை. மனிதர்களின் கால் சுவடுகளே பதியாத இந்தத் தீவைப் பற்றி எந்தவொரு புரிதலு மில்லை. யதார்த்தத்தை நெருங்க நெருங்க அதனுடைய பயங்கரம் அவர்களின் கொஞ்சநஞ்ச உரையாடலையும் இழக்க வைத்துவிட்டதோ என சந்தேகம்.

படகை ஓட்டிவந்த கிறிஸ்டோபர் அதைத் தீவிலிருந்து கொஞ்சம் எட்டத்திலேயே சாவதானமாக நிறுத்திவிட்டு, பேராசிரியர் முன்னே வந்து நின்றான். படகின் மெல்லிய சத்தம்கூட நின்று விட்டது. யாரும் அசையவில்லை. இறுதியில் பேராசிரியர் எல்லோரையும் நோக்கிப் பேசத் தொடங்கினார்:

''நாம இறங்க வேண்டிய இடம் வந்துவிட்டது. இங்கே இறங்கினா கழுத்தளவு தண்ணீர்தான் இருக்கும். எல்லோரும் இறங்கினதும் நாம இந்தப் படகை தீ வெச்சு அழிச்சுடணும்.

ஆனா, இறங்குறதுக்கு முன்னால நான் இன்னுமொரு விஷயத்தக் கூட உங்களுக்குச் சொல்ல ஆசைப்படறேன். யாருக்காவது இந்த ஆராய்ச்சியிலேர்ந்து விலகிடணும்னு கொஞ்சம் எண்ண மிருந்தாலும் சொல்லிடுங்கோ. இந்தப் படகையே திருப்பி ஓட்டிக்கிட்டு போயிடலாம்... இல்லேயில்ல... சரி, எல்லோ ருக்கும் சம்மதம்னா நாம மொதல்லேயே சொல்லி வைச்சிருந்த ஏற்பாட்டின்படி ஒவ்வொருத்தரா படகிலேர்ந்து எறங்கலாம்.''

சிறிதுநேரம் வரையில் யாரும் அசையவில்லை. எல்லோரிடமும் திரும்பிப் போக வேண்டும் என்பதற்கான ஒரு மெல்லிய ஆசை உருவாகியும் அவர்கள் அதை அடக்குவதற்கு முயன்று கொண் டிருந்தார்கள். ஊரிலுள்ள சுகவாழ்வின் மயக்கம் அவர்களை மறுபரிசீலனைக்குத் தூண்டியது. இறுதியில், பத்திரிகையாளன் பிரதீப் மேத்தாதான் எழுந்தான்:

''சார், நான் ஒரு விஷயத்த மட்டும் கேக்கலாமா? நாங்க எல்லோருமே நூறு விழுக்காடும் முழு சம்மதத்தோடதான் இதுல பங்கு பெறுவதற்காக வந்திருக்கோம். அதுலேர்ந்து விலகி இனிமே திரும்பிப் போவணும்கற பேச்சுக்கே இடமில்ல. ஆனா, ஒரு சந்தேகம். மொழியையும் சிந்தனையையும் இழந்து நாம நடத்துற இந்த ஆராய்ச்சியைப் பத்தி இருபத்தஞ்சு வருஷத்துக்கு அப்புறம் மத்தவங்க எப்படி தெரிஞ்சுப்பாங்க? சமூகத்துக்குப் பயன்படாத ஒரு ஆராய்ச்சியினால யாருக்குதான் என்ன பிரயோஜனம்?''

''பிரதீப், கொஞ்சம் தயவு செஞ்சு நான் சொல்லப் போறத கவனிங்க... சமூகம், குடும்பம், நல்லொழுக்கம் என்பவை யோட கற்பனையான வாழ்வின் முட்டாள்தனத்தை அம்பலப் படுத்தவும், அவை மனிதனோட சுதந்தரத்தையும் முன்னேற் றத்தையும் எவ்வாறு எதிர்க்கின்றன என்பதைப் புரிய வைக்கவும் தான் இந்த ஆராய்ச்சி. அதனாலதான் வெளியில இருக்கற சமகத்தோடு நமக்கு எந்தவொரு தொடர்பும் இல்லேங்கறேன். என்றாலும், நாம இங்க வந்திருக்கிற விவரம் நம்மைத் தவிர இன்னொருத்தருக்கும்கூட தெரியும். அவரு யாருங்கற விவரத்த மட்டும் நீங்க என்கிட்டே இப்ப கேக்காதீங்க. இருபத்தைஞ்சாம் வருஷம் இதே நாள்ல அவரு இங்க வருவாரு. அதுக்குப் பின்னாலதான் இந்த ஆராய்ச்சியோட பலனைப் பத்தி ஆய்வு செய்யணும்.''

குழு உறுப்பினர்கள் எல்லோரும் ஒவ்வொருவராக தங்களிட முள்ள உடைமைகளையெல்லாம் படகில் வைத்தார்கள். ஆனால், ஆடைகளைக் களையத் தொடங்கியபோதுதான் எல்லோருமே சிறிது தயங்கினார்கள். கடலில் நிர்வாணமாக இறங்குவதற்கு யாரும் முன்வராமல் தயங்கி நின்றார்கள். ஒரு வாழ்நாளில் தேடிய அறிவையும், ஒரு யுகம் முழுவதும் தேடிய பண்பாட்டையும் ஒரே நிமிடத்தில் உதறித்தள்ள முடியாமல் அவர்கள் பேராசிரியரை நோக்கினார்கள். ஆனால் அவரோ, இந்த ஆராய்ச்சியின் பொறுப்பு முழுவதையும் தமக்குள் சுமந்து கொண்டு, தம் ஆடைகளையெல்லாம் முதலில் களைந்துவிட்டு கடலுக்குள் இறங்கியும் விட்டிருந்தார். கழுத்தளவு நீரில் இறங்கி நீந்தியும் நடந்துமாக அவர் கரைக்குப் போனார். தீவின் வெண்மணல் மேடு ஒரு பெரும் கேள்விக்குறியைப் போல் பேராசிரியரின் முன்னால் கிடந்தது. படகிலுள்ளவர்களெல்லாம் ஆச்சரியத்துடன் அப்போது அவரையே நோக்கியவாறு நின்றிருந்தார்கள். இதுநாள் வரையில் அவர்கள் பார்த்திருந்த பேராசிரியர் உபலேந்து சாட்டர்ஜியாக இப்போது அவர் தோன்றவில்லை.

உலகின் பல முக்கியமான கருத்தரங்குகளில் பல ஆராய்ச்சிக் கட்டுரைகளை வாசித்த பேராசிரியர் உபலேந்து சாட்டர்ஜி என்னும் மேதை முழு நிர்வாணமாகி ஒரு ஆதிவாசியாக அவர்களின் முன்னே நிற்கிறார். அதன்பின் அவர்களால் எதைப் பற்றியும் ஆலோசிக்க இடமில்லாமல் போய்விட்டது. பிரதீப், ஊர்மிளா, சுவேதா, கிறிஸ்டோபர், அன்வர், ராஜேஷ், சந்தோஷ், மாலினி, ஹரி, மெர்லின், அருணா, அஞ்சலி ஆகிய அனைவருமே கடலில் இறங்கினார்கள். முன்பே தீர்மானித்தபடி அன்வர் படகின்மேல் பெட்ரோல் ஊற்றி தீ வைத்தான். பேராசிரியர் உள்பட பதிமூன்று பேர்களும் தங்களை வெளி உலகோடு பிணைத்திருந்த கடைசி இழையும் பற்றி எரிவதை நோக்கிக் கொண்டு அமைதியாக நின்றார்கள்.

அவ்வாறுதான் ஒரு கதை... மகத்தான ஓர் ஆராய்ச்சியின் கதை ஆரம்பித்தது.

2

1998 ஜனவரி ஒன்று

பயணம் தொடங்குவதற்கு முன்பு எங்களுக்கு ஏராளமான
சந்தேகங்கள் உண்டாகியிருந்தன. எண்ணூறு கிலோ மீட்டர் தூரம்
செல்வதற்கு இந்தப் படகு போதுமா? கடலில் அதிகம் பயணம்
செய்து எனக்குப் பழக்கமும் இல்லை. தீவைப் பற்றி பேராசிரியர்
பானர்ஜி தந்த விவரங்கள்தான் என்னிடம் இருந்தன. என் நண்பன்
மைக்கேல் பீட்டர்ஸ் என்பவன் கோவாவைச் சேர்ந்தவன்.
கடலில் அதிகம் பயணம் செய்தவன். அது மட்டுமல்லாமல்
நன்றாகப் படகு ஓட்டத் தெரிந்தவன் என்பதுதான் எனக்கு ஒரே
நிம்மதி. அதனால், நாங்கள் மூன்று நாள்களுக்கு மேலேயே
பயணம் செய்து காம்பசின் உதவியாலும் கையில் வைத்திருந்த
உலகப் படத்தின் மூலமாகவும் இறுதியில் ஆல்ஃபாவைக்
கண்டுபிடித்தோம்.

அப்புறம் இந்தக் கதையின் அர்த்தம்தான் என்ன? பேராசிரியர்
பானர்ஜி சொன்ன அந்த பதிமூன்று பேர்களின் தற்போதைய
நிலை என்னவாக இருக்கும்? உபலேந்து சாட்டர்ஜி நம்பி
யிருந்தது போல் இந்த இருபத்தைந்து ஆண்டுக்குள் மிகவும்
முன்னேற்றமுடைய ஒரு மனிதச் சமூகம் அங்கே வளர்ந்து
விட்டிருக்குமோ? இந்தச் சமூகம் புகுத்தும் கட்டுப்பாடுகளை
உடைத்தெறிந்துவிட்டால் மனிதனின் அறிவால் வெகுவான
வேகத்திலும் சக்தியிலுமாகச் செயல்பட முடியுமோ? அல்லது
ஒரு முட்டாள்தனமான நாடகத்தில் வரும் கதாபாத்திரங்களைப்
போல் அவர்கள் எல்லாவற்றையும் இழந்து அறிவற்றவர்களாக
இருப்பார்களோ?

திடீரென்று தீவுக்குள் புகுந்துவிடாதீர்கள் என்று பானர்ஜி சார்
குறிப்பாகச் சொல்லியிருந்ததால் நாங்கள் தீவிலிருந்து கொஞ்சம்
தூரத்திலேயே படகை நிறுத்தினோம். இன்னும் கொஞ்சம்

நெருங்கி தீவிலுள்ளவர்களுக்குத் தெரியாமல் அவர்களைக் கண்காணிக்க வேண்டும். ஆனால், தழைத்தோங்கியுள்ள மரங் களைத் தவிர மற்ற எவற்றையும் அங்கு காண முடியவில்லை. மனித நாகரிகத்தின் எந்தவொரு லட்சணமும் அங்கே இருக்க வில்லை. ஒருவேளை நாங்கள் தேடிவந்த தீவே மாறிவிட்டிருக் குமோ என்றுகூட நான் சந்தேகப்பட்டேன். ஆனால், 'இதுதான்' என்று மைக்கேல் உறுதியாகக் கூறினான். வெகுநேர காத்திருப் புக்குப் பின் வெயில் மங்கத் தொடங்கிய நேரத்தில் கடற்கரை யோரம் ஒரு கும்பல் நடந்து நெருங்கி வருவது தெரிந்தது. அவர்கள் மனித இனம் என்று நம்புவதற்கே சிரமமாக இருந்தது. வரலாற்று நூல்களில் மட்டுமே படித்தறிந்திருந்த ஆதிவாசிகள். இந்த இருபத்தைந்து ஆண்டில் தேடிய பலன் இதுதானோ! என் கையிலுள்ள வாழ்க்கைக் குறிப்புகள் இவர்களுடையதாகத்தான் இருக்குமோ? நாங்கள் படகை மெல்லச் செலுத்தி கரையுடன் இணைத்தோம். நெருங்கியபோதுதான் அவர்கள் அனைவரும் இளைஞர்கள் என்பதும், என் குறிப்பு வரிசையில் உட்படாதவர்கள் என்பதும் எனக்குப் புரிந்தது. அந்தக் கும்பலில் இளம் பெண்களும் ஆண்களும் குழந்தைகளுமாக இருபத்தைந்து பேர்களுக்கு மேல் இருந்தார்கள். மழிக்காத தாடி முடியுமாக ஆடைகள் அணியாத அவர்களைக் கண்டதும் எனக்கு வெறுப்புதான் தோன்றியது.

படகுச் சத்தம் நெருங்கியதும்தான் அவர்கள் எங்களைக் கவனித்தார்கள். ஏதோவொரு அற்புத ஜீவியைக் கண்டு பயந்து விட்டதுபோல் எல்லோரும் சேர்ந்து தீவுக்குள் ஓடி மறைந்து கொண்டார்கள். அவர்கள் கூச்சலிட்டபோது எழுப்பிய ஒலிகள் எங்களால் புரிந்துகொள்ள முடியாத வகையிலேயே இருந்தன.

ஆல்ஃபா... ஆதி நாகரிகத்தின் தொடக்கம் போன்று பசுமை தழைக்கும் சில மரங்களும் அவற்றுக்கிடையே பறந்து திரியும் பறவைகளும், பல வண்ணங்களையுடைய பட்டாம்பூச்சிகளுமாக எங்கள் முன்னே இருந்தன. வேறு ஏதோவொரு உலகத்துக்குள் புகுந்துவிட்டதுபோல் மகிழ்வாகத்தான் எங்களுக்கு இருந்தது. இதுவரையில் நான் பார்க்காத மரங்கள், அவற்றில் பல மரங்களும் மிகப்பெரியவை. உலகப் புகழ்பெற்ற மானுடவியல் பேராசிரி யரான உபலேந்து சாட்டர்ஜி இங்கே எங்கே இருப்பார்! அவருடன் இருபத்தைந்து ஆண்டுகளுக்கு முன்னால் பயணித்து வந்த மற்ற பன்னிரண்டு பேர்களின் கதி? நாங்கள் மரங்களுக்கு இடையே தீவுக்குள் நடந்தோம். அந்தப் பூமி முழுவதும் குட்டையானச் செடிகளும் பசுமையானக் கொடிகளுமாகவே இருந்தன.

''பாம்புகள் இருக்கலாம், கவனம்'' - மைக்கேல் எனக்கு நினைவூட்டினான்.

விபரீதமான சூழல்களை எதிரிடக்கூடிய ஷூசும் ஆடைகளும் அணிந்திருந்தமையால் எங்கள் முன்னே குறுக்கிட்ட செடிகொடிகளை வெட்டி ஒதுக்கிக் கொண்டு மெல்ல முன்னோக்கி நடந்தோம். வெகுநேரம் வரையில் எங்களால் யாரையும் காண முடியவில்லை. ஆனால், மரங்களுக்கு அப்பால் முன்பு கேட்ட அதே ஒலிகள் எங்கிருந்தோ கேட்பதுபோல் தோன்றின. தீவின் புதிய தலைமுறையினர்தான். அவர்கள் எங்களை அந்நியமாகவும் பயத்தோடும்தான் பார்த்துக் கொண்டிருந்தார்கள். அவர்களில் ஒருவர்கூட எங்கள் அருகில் வருவதற்கு முயற்சி செய்யவில்லை. ஆனால் பேராசிரியர் பானர்ஜி சொல்லியதுபோல், அந்த பதிமூன்று பேர்களும் இருபத்தைந்து வருஷத்துக்குப் பின் இப்படி ஒருவன் வருவதை எதிர்நோக்கிக் காத்திருக்க வேண்டாமோ? ஒருவேளை, அவர்கள் எல்லோருமே இறந்து விட்டிருப்பார்களோ?

புதிய தலைமுறையினரை ரகசியமாக சில புகைப்படங்கள் எடுத்தான் மைக்கேல். நேரமும் மாலையாகத் தொடங்கியது. எங்கள் கையில் தேவையான உணவும் ஏதாவது ஆபத்தை எதிர்கொள்ள வேண்டியது இருந்தால், அதற்குத் தேவையான ஆயுதங்களும் மட்டும் இருந்தன. இருள் பரவத் தொடங்கியதும் எந்த நிமிடமும் ஆக்கிரமிக்கப்படலாம் என்றொரு பயமும் எங்கள் மனத்தில் இருந்தது. இருவரின் ஹெட் லைட்டுகளிலும் உள்ள பளிச்சென்ற ஒளிதான் அவர்களை எங்களிடமிருந்து விலகி நிற்க வைத்தது. ஒருவேளை அவர்கள் நரமாமிசம் உண்பவர்களாக இருப்பார்களோ? ஒன்றும் பிடிபடவில்லை. மைக்கேலின் கண்களில் மட்டும் என்ன நேர்ந்தாலும் எதிர்க்கக்கூடிய ஒரு தைரியம் ஒளி வீசியது.

கொஞ்ச நேர அலைச்சலுக்குப் பின் நாங்கள் ஒரு குகையைக் கண்டுபிடித்தோம். சிரமப்பட்டு ஒருவர் மட்டுமே நுழையக்கூடிய துவாரம் ஒன்று அதற்கு இருந்து.

''நாம உள்ளே போய்ப் பார்க்கலாம்! இதற்குள்ளே யாராவது இல்லாமலிருக்க மாட்டாங்க.''

என் ஒரு கையில் துப்பாக்கியும் மற்றொரு கையில் செடிகொடிகளை வெட்டியெறிந்து வந்த நீண்ட கத்தியும் இருந்தன.

ஆச்சரியமென்றுதான் சொல்ல வேண்டும். குகைக்குள் ஹெட் லைட்டின் ஒளி பரவியதும் ஒரு பெண் திடீரென்று என்னருகில் ஓடிவந்தாள்.

''கடவுளே... கடைசியில நீங்க வந்துட்டீங்களா? இன்னிக்கு நீங்க எப்படியும் வந்துடுவீங்கன்னு எனக்குத் தெரியும்... நாங்க உங்களுக்காகத்தான் காத்துக் கொண்டிருக்கிறோம்.''

மெலிந்து கருத்துப் போய் முழு நிர்வாணமாகவுள்ள அவ ளுடைய வயது என்னவென்பது எனக்குப் பிடிபடவில்லை. வெகுகாலமாக ஆடைகள் உடுத்தாமையால் வறண்டு சுருக்கம் விழுந்த உடல். ஆனால், அந்தக் கண்களில் இப்போதும் ஓர் எதிர்பார்ப்பின் ஒளி வெளிப்பட்டுக் கொண்டு இருந்தது. நான் பையிலிருந்து ஒரு மெழுகுவர்த்தியை எடுத்துப் பற்ற வைத்தேன். மெழுகுவர்த்தியின் மங்கிய வெளிச்சத்தைச் சுற்றி நாங்கள் மூவரும் அமர்ந்தோம்.

''நான்தான் மாலினி தேசாய். அன்னைக்கு தீவுக்கு வந்து சேர்ந்த பதிமூணு பேர்ல ஒருத்தி, இன்னும் ரெண்டு பேரும்கூட உயிரோடு இருக்கிறாங்க. அவங்க அடுத்த அறையில மயக்க நிலையில படுத்திருக்கிறாங்க.''

''என் பேரு அவிநாஷ். பேராசிரியர் சதீஷ் சந்திர பானர்ஜியோட மாணவன். உங்க பேராசிரியர்தான் இன்னிக்கு இங்கே வரணும்னு எங்க பேராசிரியரிடம் சொல்லி பொறுப்பை ஒப்படைத்திருந்தாரு. துரதிர்ஷ்டம்தான்னு சொல்லணும். அவரு இப்போ பக்கவாதம் வந்து படுக்கையில கிடக்கிறாரு. இவன் என்னோட நண்பன் மைக்கேல். மாலினி... இனிமே நீங்க சொல்லுங்க, பேராசிரியர் உபலேந்து சாட்டர்ஜி எங்கே படுத்திருக்கிறாரு?''

''பதினெட்டு வருஷத்துக்கு முன்னாடியே பேராசிரியர் செத்துட் டார். என்னோடு மிஞ்சியிருக்கறவங்க சந்தோஷும் ஊர்மிளா வும்தான், நீங்க எனக்கு ஏதாச்சும் கொண்டிருந்திருக்கீங்களா?... நான் நல்லா சாப்பிட்டு இருபத்தஞ்சு வருஷமாயிட்டுது.''

நாங்கள் ஒன்றாக அமர்ந்து உணவருந்தினோம். இரவு முழுவதும் பேசிக் கொண்டிருந்தோம்... ஆல்ஃபாவைப் பற்றி அவர்களின் ஆராய்ச்சியைப் பற்றி, அப்புறம் அப்பட்டமான ஆதிமனிதர் களாக உயிர்வாழும் புதிய தலைமுறையைப் பற்றி. மங்கிய ஒளியில் சேதமுற்று தளர்ந்துவிட்ட மாலினியின் மார்பகத்தைக்

கண்டதும் என்னையறியாமல், ''போர்த்திக்க ஒரு ஷால் தரட்டுமா?'' என்று கேட்டு விட்டேன்.

''வேணாம்... இங்கேர்ந்து போகிற வரைக்கும் இப்படியேதான் இருக்கணும். என்னைப் பார்த்தா உங்களுக்கு மட்டும்தான் கஷ்டம் தோணும். எனக்கு எதுவும் இயல்புக்கு மாறா தோணவே தோணாது.''

நாங்கள் பேசிக் கொண்டிருக்கும்போதே புதிய தலைமுறையைச் சேர்ந்த பலரும் குகை வாயிலில் வந்து எட்டிப் பார்த்துக் கொண்டிருந்தார்கள். ஆல்ஃபாவின் 'பாட்டி' என்னும் தகுதியை வைத்துத்தான் அவர்களெல்லாம் மாலினியை மதிக்கிறார்கள் என்று தோன்றியது. மறுநாளே நாங்கள் ஊர்மிளாவையும் சந்தோஷையும் படகில் தூக்கிப் போட்டுக் கொண்டு ஊருக்குத் திரும்பினோம். மாலினி தீவிலுள்ளவர்களிடம் அவர்களின் மொழியில் என்னவெல்லாமோ கேட்டுக் கொண்டும், படகு புறப்படும்போது அருகில் வந்து விடையளிக்கவும் செய்தார்கள்.

தீவிலிருந்த சில செடிகளைப் பிடுங்கிக் கொண்டான் மைக்கேல். அவற்றுடன் பெரும் மரங்களின் இலைகளையும் எடுத்துக் கொண்டான். இவற்றுக்கெல்லாம் அற்புதமான மருத்துவ குணங்கள் உள்ளதால்தான் தீவிலுள்ள புதிய தலைமுறையினர் ஆரோக்கியமாகவும் திடகாத்திரமாகவும் இருக்கிறார்களாம்.

படகு நகரத் தொடங்கியதும் நாங்கள் பத்திரப்படுத்தியிருந்த ஆடையை எடுத்து மாலினிக்குக் கொடுத்தோம். சந்தோஷுக்கும் ஊர்மிளாவுக்கும் மிகவும் சிரமப்பட்டுதான் ஆடைகளை அணி வித்தோம். மாலினிகூட பல சமயங்களிலும் பரஸ்பரம் சம்பந்த மில்லாமலேயே நடந்து கொண்டாள். கொஞ்சம் நேரம் நிறுத்தாமலேயே பேசுவாள்... அப்புறம் வெகுநேரம் மௌன மாகிவிடுவாள். அப்போது அவள் கண்கள் கண்ணீரால் நிரம்பும். தொடக்கத்திலெல்லாம் நாங்கள் கொண்டுவந்த உணவை உண்பதற்கு மிகவும் ஆவலாக இருந்தாள். அதன்பின் ஒன்றும் பேசாமல் சிறிதுநேரம் உணவையே நோக்கிவிட்டு 'வேண்டாம்' என்று கூறத் தொடங்கினாள். அதற்கிடையேதான் என் பைனாகுலரைப் பார்த்தாள்.

''நான் முதன் முதலா இங்கே வரும்போது எனக்கும் இதுமாதிரி ஒண்ணு இருந்தது. நான் அன்னைக்கு அதன்மூலமா தீவை வெகு நேரம் பார்த்தேன். அப்போது இந்த ஆல்ஃபா எவ்வளவு அழகா

இருந்தது தெரியுமா! மனித நடமாட்டமே இல்லாத புனிதமான ஆல்ஃபாவா இருந்தது. அப்புறம் தீவுக்குள்ளே இறங்கினதும் எல்லாத்தையும் உதறியபோது அதையும் எறிஞ்சுட்டேன். அவிநாஷ், எங்களோட இந்தப் பைத்தியக்காரத் தனத்தால எல்லாமும் நாசமாயிட்டுது. நாங்க வர்றதுக்கு முன்னால தீவுல உள்ள மத்த உயிரினங்களெல்லாம் எவ்வளவு அமைதியா வாழ்ந்துகிட்டிருந்தன தெரியுமா?''

படகு அமைதியாக முன்னோக்கி நகர்ந்தது. ஆல்ஃபா கொஞ்சம் கொஞ்சமாகப் புலப்படாமல் போயிற்று. சந்தோஷும் ஊர்மிளா வும் ஒன்றுமறியாமல் ஏதோ கனவுலகில் மயங்கியிருந்தார்கள். பைனாகுலர் மூலமாகக்கூட தீவு புலப்படாமல் போனபோது தான் மாலினி தன் தலையில் கைவைத்துக் கொண்டு அழத் தொடங்கினாள்.

''இருபத்தஞ்சு வருஷம்... என்னோட வாழ்க்கையிலும் இருபத் தைஞ்சு வருஷம் போயிட்டுது... நீங்கக் கொஞ்சம் யோசிச்சுப் பாருங்க. இனிமே என்னோட வாழ்க்கையில மிச்சமுள்ளது எவ்வளவு துச்சமானது. நான் ஒரு முட்டாளா இருந்துட்டேன். நான் மட்டுமல்ல... நாங்க எல்லோருமேதான். சரி, எங்களைத் தேடி வர்றதுக்கு உங்களுக்கு உண்மையாகவே விருப்பம் இருந்துதா? இல்லே, வெறுமனே ஒரு கடமைக்காக மட்டுமா?''

''இல்ல... கடமை மட்டுமில்ல. எல்லாத்தையும் தெரிஞ்சுக் கணும்கற ஆவலும்தான். நானும் யதார்த்தத்தைத் தேடற ஒருத்தன்தான்னு நினைச்சுக்குங்களேன்.''

இறுதியில் மூன்று நாள்கள் பயணத்துக்குப் பின் நாங்கள் கரையை அடைந்தோம். மூன்று பேர்களுடன் மைக்கேலின் காலியாகக் கிடந்த வீட்டுக்குள் போகும்போது என்னால் எதையும் புரிந்து கொள்ள முடியாத நிலைமையாக இருந்தது.

3

மாலினி தேசாய் சொன்ன கதை

பால்கனியில் என் முன்னால் இருந்த பிரம்பு நாற்காலியில் அமர்ந்துகொண்டு ஆங்கிலமும் இந்தியும் கலந்த மொழியில் வெகு சிரமத்துடன்தான் மாலினி பேசத் தொடங்கினாள். தட்டுத் தடுமாறி உடைந்த வாசகங்களுக்கிடையே... பல சமயங்களில் நீண்ட தெளிவற்ற மவுனம், அதுவும் அவள் எல்லாவற்றையும் கோர்வை யாக்கிச் சொல்ல சிரமப்படுவதுபோல். அங்கு சென்ற பேராசிரியர் உபலேந்துவின் குழுவில் மாலினி மட்டும்தான் இன்னொரு ஆந்த்ரோபாலஜிஸ்ட். தீவுக்குப் புறப்பட்டபோது அவளுக்கு இருபத்தைந்து வயதுதான். அந்தக் குழுவிலேயே மிகவும் இளம் வயதுப் பெண். இப்போது அவளுக்கு எப்படிப்பட்டதொரு மாற்றம் வந்துள்ளது! என் முன்னால் அமர்ந்திருக்கும் மெலிந்து கருத்துப் போயுள்ள இந்தப் பெண் இருபத்தைந்து ஆண்டுகளுக்கு முன் ஜெ.என்.யூ.விலேயே மிகவும் கவர்ச்சியான பெண்ணாக இருந்தவள் என்று சொன்னால் நம்புவதற்கே சிரமம். கருத் தரங்குகளில் வாய் சலிக்காமல் பேசிக் கொண்டும், நண்பர்கள் மத்தியில் ரமாகாந்தின் கவிதைகளை இனிமையாகச் சொல்லிக் கொண்டுமிருந்த இளம் யுவதி. ஆனால், இப்போது இவளுடைய மொழிக்குமல்லவோ மாற்றம் வந்திருக்கிறது. பல சமயங்களில் சிரிப்பதற்கு முயற்சி செய்கிறாள் என்றாலும், அது இறுதியில் தெளிவில்லாத ஒரு முகச் சலனமாகவே முற்றுப் பெறுகிறது.

ஆக மொத்தத்தில் எனக்கு ஓர் இனம்புரியாத் தன்மைதான் அனுபவப்பட்டது. இருபத்தைந்து ஆண்டுகளுக்கு முன்பு ஆராய்ச்சி செய்வதற்காக வெளியேறிய பேராசிரியர் உபலேந்து சாட்டர்ஜி, என் முன்னால் அமர்ந்திருக்கும் இந்த மாலினி தேசாய், அவள் சொல்லும் நம்ப முடியாத கதைகள், உண்மைக்கும் கற்பனைக்குமிடையே கலையின் மெல்லிய மின்னல் ஒளியாக, யதார்த்தத்துக்கும் அயதார்த்துக்குமிடையே வர்ணிக்க முடியாத

வெளிப்பாடுகளாக... என்னவோ, என்னால் எதையுமே புரிந்து கொள்ள முடியவில்லை. உண்மையில், இந்தப் பெண் என்னோடு உரையாடிக் கொண்டிருப்பது 1998 ஜனவரி மாதத்தின் ஒரு மாலையிலா அல்லது 1973-ம் ஆண்டின் மாலைகளிலா...

''ஆரம்பத்தில் எங்களுக்கு எல்லாமே பயமாத்தான் இருந்தது. கூச்சமாகவும்... பல சமயங்களில் இந்த பைத்தியக்காரப் பேராசிரியருடன் வந்தது மடத்தனமோ என்றுகூட தோன்றியது. படகுல பயணித்தபோதே நான் பலமுறை திரும்பறதுக்கும்கூட ஆசைப்பட்டேன். கடைசியில் திரும்பறதுக்கு அவரு எனக்கு அனுமதிச்சபோது திரும்பிடவும் நான் தீர்மானிச்சேன். ஆனா, அப்படி எதுவும் நடக்கல. எதனால முடியலேன்னு மட்டும் கேட்டுடாதீங்க. என்னவோ, பைத்தியக்காரத்தனமான ஒரு உத்வேகம். ஆனா, அதனால நான் இழந்தது என்னவோ என்னோட சொந்த வாழ்க்கையைத்தான். என்னோடு படிச்சவங்களெல்லாம் இன்னிக்கு என்னென்னவோ நிலைகள்ல இருப்பாங்க? என்னோட அம்மா என்னை நெனைச்சி எவ்வளவு தூரம் அழுதிருப்பாங்க?''

நான் மவுனமாகக் கேட்டுக் கொண்டிருந்தேன். மூன்று நாள்கள் மட்டுமே பழகியுள்ள ஒரு பெண்ணிடம் எப்படி பதிலளிப்பது என்று தெரியவில்லை. ஆனால், இவளின் வார்த்தைகளில் இருந்துதான் நான் இந்தக் கதையின் கண்ணிகளைப் பின்ன வேண்டும். உபலேந்து சாட்டர்ஜியின் வகுப்புகளில் மானுடவியலின் அடிப்படைத் தத்துவங்களைப் பற்றி இவள் எந்த அளவுக்கு விவாதித்திருப்பாள். அன்று இந்தியாவும் இருபத்தாறு வயதான ஒரு யுவதிதான். பங்களாதேஷ் போரில் வென்ற வெற்றித் தேவதை பிரதமராக இருந்த ஆட்சி. வரலாற்றைத் திருத்தி எழுதி பெட்டிக்குள் பூட்டி வைத்து குழிக்குள் புதைத்த காலம். பலவகை சத்தியங்களிலிருந்தும் சரியான சத்தியத்தைத் தேர்ந்தெடுக்க முடியாமல் நாடு திகைத்து நின்ற காலம். மாலினியின் ஆர்வமும் ஹரப்பா நாகரிகத்திடம் இருந்தது. மனிதனின் தோற்றம் சிந்துவெளியில்தான் என்பது அவளின் நம்பிக்கை. மனிதனின் தாடை எலும்புக்கு அளவு குறைந்ததும், மூக்குக்கு சரியான எடுப்பு வந்ததும் அங்கேதான் என்று அவள் 'நேச்சரி'ல் பிரசுரிக்கப் பட்ட ஒரு கட்டுரையில் சமர்ப்பித்திருந்தாள். அன்று சாந்தினி சௌக்கின் நெருக்கம் மிகுந்த கடைகளிலிருந்து நிறம் மங்கிய கோலாப்பூர் செருப்புகளைத் தேர்வு செய்து கொண்டிருந்த மாலினிக்கு தன் வாழ்க்கை முழுவதுமே ஆய்வும் கண்டு

பிடிப்புகளும் கருத்தரங்குகளும் பயணங்களுமாகவே இருந்தன. பல்கலைக்கழக நூலகத்தின் வராந்தாவிலும், உபலேந்து சாட்டர்ஜி வீட்டு முற்றத்திலுமாக நேரம் கிடைக்கும் போதெல்லாம் அவள் ஒரு கேள்வியை மட்டும் திரும்பத் திரும்பக் கேட்டுக் கொண்டிருந்தாள்.

''இந்த சமூகத்துக்கு மட்டும் எதுக்காக இவ்வளவு சட்ட திட்டங்கள், நியதிகள், ஏராளமான விதிவிலக்குகள்?''

ஒருபோதும் யாரிடமிருந்தும் அவளுக்குத் திருப்திகரமான பதில் கிடைக்கவில்லை. ஆனால், கடைசி கடைசியாகப் பேராசிரியரும் அவளிடம் அதே கேள்வியைத் திருப்பிக் கேட்கத் தொடங்கினார். அந்த விவாதங்களில் சில சமயம் சுய அறிவில் இருந்து நழுவி உன்மத்த நிலைக்குள் விழுந்து விடுகிறாரோ என்றுகூட தோன்றியது. அந்தக் கேள்விகளின் இறுதிக் கட்டமாகத்தான் அவர்களின் இந்த ஆராய்ச்சியும் இருந்தது.

மாலினி தொடர்ந்தாள்:

''இந்த நியதிங்களையெல்லாம் ஒதுக்கிட்டு, இவ்வளவு காலமாக தேடிய எல்லா வகைக் கண்டுபிடிப்புகளையும் ஒதுக்கிட்டு முற்றிலும் ஆதியிலேர்ந்து ஆரம்பிக்கணும்னு நாங்க தீர்மானிச்சோம். அப்படித்தான் இந்தத் திட்டத்துக்கு 'ஆல்ஃபா'ன்னு பேரு கொடுத்தோம். மனித மூளை செயற்பாடு இப்ப ரொம்பவும் அதிகரித்து இருக்கிறது. அதனால அதுக்கு ஒரு இருபத்தஞ்சு வருஷம் ஓய்வு கொடுத்து சுதந்தரமாக்கினா, அதை ஒதுக்கித் தள்றதைவிட இன்னும் அதிகமான லாபத்தைப் பெற முடியும்கறதுதான் பேராசிரியரோட வாதமா இருந்தது. நான் அதை எதிர்த்துக் கிட்டிருந்தேன். கடைசியில என்னோட வாதம் இப்போ சரியாயிட்டதுனால எனக்கு மகிழ்ச்சியா இருக்குது. ஆனா, புரொபஸர்தான் பாவம். தீவுல ஒரு சின்ன குகையில மலேரியா காய்ச்சல் வந்து செத்துட்டாரு. எங்களால அந்த சம்பவத்த தவிர்த்துடலாம்னு தோணுச்சு. ஆனா, அவருக்கு அதுலேர்ந்து தப்பிக்கறதுக்கு எந்தவொரு வழியிலும் சம்மதப்படல. அதுவே தற்கொலை மாதிரியாயிட்டுது. எப்படிப்பட்டதொரு பைத்தியக் காரத்தனமான எண்ணம். அந்த மனுஷன் இதயெல்லாம் யாருக் காக செஞ்சாரு. உங்களுக்குத் தெரியுமா, அவரு எங்களோடு வரும்போது சாணக்யபுரியிலுள்ள ஒரு வீடு முழுவதுமே அழுது கொண்டிருந்தது. ஒரு தாய், மகள், அப்புறம் அவரை நேசிச்சுக்

கிட்டிருந்த கொஞ்சம் பறவைங்கள், மிருகங்கள். நீங்க அவரைப் பத்தி உலகத்துகிட்ட என்னன்னு சொல்லப் போறீங்க... ஒரு அரைப் பைத்தியம்னா... அவிநாஷ், பறவை மிருகங்களால அழறதுக்கு முடியுமா? நான் சொல்றது பைத்தியக்காரத்தனம்னு நீங்க நினைக்கறீங்களா? நினைப்பீங்கதான். அவற்றுக்கும் ஒரு மொழி இருக்கு. தீவுல நாங்க வாழ்ந்த காலத்துலதான் அதக் கண்டுபுடிச்சோம். பல ஆண்டுகளாகக் கற்று, சொந்தமாக்கிக் கொண்ட பல்வேறு மொழிகளையும் உதறிட்டு, சைகையாலயும் கனவுகளாலயும் வாழத் தொடங்கியபோதுதான் பறவைங்க மிருகங்களோட மொழியும், மரம் செடி கொடிகளோட மொழி யும் எங்களுக்குப் புரியத் தொடங்கியது. ஒரு எழுத்தாளன்கற நிலையில உங்ககிட்ட இந்த மொழிங்க எதுக்குன்னு கேட்க லாமா? பரஸ்பரம் எண்ணப் பரிமாற்றத்த நடத்தணும்னாலும்கூட சம்ஸ்கிருதத்தப் போல குழப்பமான இலக்கண நியதிங்களுடைய ஒரு மொழி தேவையா?''

என்னால் அதற்குப் பதில் சொல்லாமல் இருக்க முடியவில்லை. ஆய்வு செய்து செய்தே ஒரு முழு பைத்தியத்தைப் போலுள்ள அவளோடு ஒருபோதும் விவாதிக்கக் கூடாது என்று தொடக்கத் திலேயே நான் எண்ணியதுதான். எல்லாவற்றையும் அவளே சொல்லட்டும், மௌனமாக அமர்ந்து கேட்பதும் கேட்டதைப் பற்றிச் சிந்திப்பதும்தான் நல்லது. மற்றவர்களிடமிருந்து கிடைக் கும் விவரங்கள் இதைவிட வித்தியாசமாக இருக்கலாம். ஆனால், ஓர் எழுத்தாளனின் வாழ்நிலையைக் கேள்வி எழுப்பினால்... எனக்கு இந்த மொழிகளல்லவா பண்படுத்தப் படாத ஒரு பொருளாகப் படுகிறது. எழுத்துக்களிலிருந்து வார்த்தைகளுக் கும்... இந்த வார்த்தைகளின் மூலம் எண்ணத்தின் சாம்ராஜ்ஜி யத்தைப் படைக்க ஆர்வம் கொள்ளும் எனக்கும் அவளோடு எவ்வாறு ஒத்துப் போக முடியும்?

''அதனை என்னால ஏத்துக்க முடியாது. மொழியினால ஏற்படற லட்சியம் வெறும் எண்ணப் பரிமாற்றம் மட்டுமல்ல. பல யுகங்களா தேடிய அறிவோட மொத்தத்தையும் சிந்தனை விளக் காக்கி அடுத்த தலைமுறைக்கும் கொண்டு செல்லற ஊடகம்தான் மனிதனோட மொழிங்கறது. ஆனா, காக்கா, குயிலோட மொழி அந்த அளவுக்கு வளரல. அவை நட்பு, கோபம், மகிழ்ச்சி, சங்கடங்கற எதிர் விளைவுங்களோட சின்னங்களா மட்டும்தான் இருக்கு. மனித மொழியோட தொடக்கமும் இப்படிப்பட்ட சத்த

சின்னங்களாத்தான் இருந்தது. ஆனா, நாம இப்போ ஏராளமாவே முன்னேறி இருக்கறோம். ஓசைங்களுக்குத் தெளிவான உருவக் கற்பனைகளை அளித்து எழுத்துக்களா மாற்ற பத்தாயிரக்கணக் கான வருஷங்களுக்கு முன்னாலயே நம்மால முடிஞ்சுது. அது சித்திர எழுத்துக்கள் மூலமாவும் பல்வேறு நவீன மொழிகளின் மூலமாவும் அனுசரித்து வளர்ந்து மனித நாகரிகத்தோட மிகப்பெரும் தேடல்களில் ஒண்ணா மாறி இருக்குது. அந்த மொழியை உதறியதுதான் நீங்க செஞ்ச பெரிய தவறு. அதுதான் உங்களுக்கு மிகப்பெரிய தோல்வியாவும் எனக்குத் தோணுது. மொழிய ஒதுக்கிட்டு டி.வி. முதலான காட்சி ஊடகங்க மூலமா நவநாகரிக சமூகம் உணர்ச்சிவயப்பட்டாலும், அதற்கும் தெளி வான பற்றாக் குறைங்க உண்டு. மாலினி, நீங்க காளிதாசனோட மேக சந்தேசத்த வாசித்ததுண்டா? காலத்தின் எல்லை விளிம்பு களில்லாம மொழியினாலேயே காட்சியுணர்வைச் சாத்திய மாக்கும் நிலையை அதுல நீங்க காணலாம்.''

''நான் சொல்லிக்கிட்டு வந்தது அதில்ல'' - மாலினி இடை புகுந் தாள். விவாதிப்பதற்கான திறமை அவளுக்கு மீண்டும் கிடைத்து விட்டதுபோல் தொடர்ந்தாள்:

''மொழியோட சாதனங்களைப் பத்தி எனக்கு எந்தவிதமான கருத்து வேறுபாடுமில்ல. ஆனா, பறவை மிருகங்களுக்கு நம்முடை யதைப் போன்ற முறைப்படுத்தப்பட்ட மொழி இல்லேன்னாலும், மிகத் தெளிவானதும், அழகு மிளிர்வதுமான ஒரு மொழி அவற்றுக் கும் உண்டுன்னுதான் நான் நினைக்கறேன். அணில் கீச்சிடறதைக் கவனிச்சிருக்கீங்களா? அந்த மெல்லிய சத்தத்தோட தாளவரிசை யிலும் ஏற்ற இறக்கங்களிலும், பல சமயங்கள்ல அது ஒலிக்கும் ஓசை வேறுபாடுகளிலுமாக அணில் அதனோட உணர்வுபூர்வமான திறமையை ஊடகமாக்கிப் பயன்படுத்துறதுங்கறத நாம புரிஞ்சுக் கலாம். எல்லா உயிரினங்களிலும் இதுவேதான் நிலைமை. நாம அத வேறுபடுத்தி தெரிஞ்சுக்கணுங்கறது மட்டும்தான் உண்மை. மொழிய ஒதுக்கிய தொடக்கக் காலங்கள்ல எங்களுக்குப் பெரிய திணறலாத்தான் இருந்தது. நாங்களெல்லாம் தாராளமாவே பேசிக் கிட்டிருந்தவங்க, படிச்சிக்கிட்டிருந்தவங்க. எழுதிக்கிட்டிருந்த வங்க. அதனால, பரஸ்பரம் கூப்பிட்டுக்கறதுக்குக்கூட கைதட்டி யும் சைகை காட்டியும் பழகறதுக்கு சில வாரங்கள் தேவைப் பட்டன. நான் என்னையறியாம பல சமயங்கள்ல இந்தியிலோ ஆங்கிலத்திலோ சில வார்த்தைகள சொல்லிடுவேன். உடனே 'சாரி' சொல்லுவேன். இந்த ரெண்டும்கூட ஆராய்ச்சி நியதிங்

களுக்கு எதிரானவைதான். தொடக்கத்தில் எல்லாம் இப்படிப்பட்ட தவறுகள பேராசிரியரு மன்னிச்சிகிட்டுதான் இருந்தாரு. அப்புறம்தான் கோபமா பார்க்கத் தொடங்கினாரு. மூணாவது வாரம்னுதான் நினைக்கறேன், என்னையறியாம 'ஓ, காட்'ன்னு சொல்லிட்டேன். அது தெய்வ நம்பிக்கையால இல்ல. சாதாரணமா பேச்சுல வர்ற வழக்கத்தினால ஏற்பட்டுட்ட ஒரு தவறுதான் அது. அப்போ அவரு மன்னிக்கல. என்னோட இடது கன்னத்துல ஓங்கி அடிச்சுட்டார். அதுக்குப் பின்னால நீங்க வர்ற வரைக்கும் நான் மொழிய பயன்படுத்தினதே இல்ல.''

அப்போது பால்கனிக்குள் அமைதியற்ற நிலையில் கடற்காற்று நுழைந்தது. எண்ணூறு கிலோ மீட்டர் தூரத்திலிருக்கும் ஆல்ஃபா வில் வாழும் அந்த நாற்பத்தியேழு பேர்களின் நிலை இப்போது என்னவாக இருக்கும். அவர்கள்தான் இந்த ஆராய்ச்சியின் சந்ததிகள். பேச்சு மொழியோ, எழுதப் படிக்கவோ தெரியாத நாற்பத்தியேழு ஆதிவாசிகள். அவர்களின் தாய் தந்தையரோ இந்தியாவின் மிகப்பெரிய அறிவாளிகள்! நவநாகரிக மனிதர்கள்!

''என்னோட அப்பா போப்பால்ல இருக்காரு. அங்கே எங்களுக்கு ரொம்ப மோசமில்லாத வருமானமுடைய சில வியாபாரங்களும் உண்டு. அவற்றுக்கு முழு உரிமையுடைய வாரிசும் நான்தான். இப்போ அங்கே என்ன நிலைமையோ என்னமோ? ஒருவேளை எல்லோருமே என்னை மறந்தும் இருக்கலாம். எவ்வளவு காலத்துக்குத்தான் எல்லாத்தையும் நினைச்சிக்கிட்டு இருக்க முடியும்? நான் குழந்தையா இருந்தப்போ எடுத்த ஒரு புகைப் படம் எங்க வீட்டு வரவேற்பறையில வச்சிருப்பாங்க. வெள்ளை யில மஞ்சள் பூப்போட்ட உடைய அணிஞ்சுக்கிட்டு, பற்கள் முழுவதையும் வெளியே தெரியற மாதிரி சிரிக்கிற ஒரு அஞ்சு வயசுக்காரி. அம்மாவுக்கும் அப்பாவுக்கும்கூட அந்தப் புகைப் படம் ரொம்ப புடிச்சி போயிருந்தது.''

மேலும் பேசுவதற்கு அவள் சிரமப்படுவது போல் தோன்றியது. வீட்டு நினைவின் மூச்சுத் திணறலில் தன்னையறியாமல் ஒருமுறை தேம்பினாள்.

''உங்களுக்கு விருப்பமிருந்தா நாம அங்கே போகலாமே மாலினி.''

''வேணாம். நான் அங்கே போக வேணாம். அங்கே போய் நான் சொல்றதுக்கு என்ன இருக்கு? கழிந்துபோன இருபத்தஞ்சு

வருஷமா ஏதோவொரு இனந்தெரியாத தீவுல தெளிவானதொரு சட்டதிட்டமில்லாம ஏழு பேரோட மனைவியாவும் நாலு பேரோட தாயாவும் வாழ்ந்துட்டு... இதையெல்லாம் உங்களால கதையா எழுதலாமே தவிர, சமூகத்துக்கு முன்னால ஏத்துக்கக் கூடிய உண்மைகளாவா இருக்கு?''

எனக்கும் அதற்குப் பதில் கிடைக்கவில்லை. போப்பாலுக்கும் மாலினிக்குமிடையே பல யுக இடைவெளி உண்டென்று எனக்குத் தோன்றியது. அவளாகப் பறந்து சென்று தேர்ந்தெடுத்த அந்தத் தூரத்தை இனிமேல் ஒருபோதும் குறைக்க முடியாது. இவளுடைய இந்த ஆராய்ச்சி எந்த அளவுக்கு அசிங்கமானதாக இருந்திருக்கிறது?

குடும்பம், சமூகம் முதலான எல்லாவித அடிப்படை அமைப்பு களையும் தகர்த்தெறிந்து பெற்ற சுதந்தரம் அமிர்தம் போன்று இனிக்கும் விஷமாக ஆகிவிட்டதோ? என்றாலும், அவற்றைப் பற்றிய நினைவுகளையெல்லாம் பங்கிட்டுக் கொள்ளவும் அந்த அராஜகமான கதையைக் கூறுவதற்குமாக மூன்று பேர்கள் மட்டுமே மிஞ்சியுள்ளார்கள். அவர்களில் மற்ற இருவரும் நினைவு இழந்து உணர்வற்ற நிலையிலுள்ளார்கள். இதயத் துடிப்புள்ளதாலும் சுவாசிப்பதனாலும் மட்டுமே அவர்கள் உயிரோடுதான் உள்ளார்கள் என்று கருதலாம். அந்த முகங்கள் உயிர்த் துடிப்பின் இறுதித் துளியைக்கூட இழந்துவிட்டிருந்தன. நரைத்து வளர்ந்துள்ள அசிங்கமான தாடியுடன் கூடிய சந்தோஷ் பட்நாகர், ஏதோவொரு எகிப்து மம்மியைப் போன்ற முகத்தில் எந்தவொரு பாவனையுமில்லாமல் மயங்கியுள்ள ஊர்மிளா சங்கர். மருத்துவர், மருந்துகளின் உதவிகளால் கொஞ்சம் கொஞ்சமாக அவர்களை மீண்டும் சுயநினைவுக்குக் கொண்டு வரலாம் என்னும் எதிர்பார்ப்பில் இருந்தேன் நான்.

''இன்னும் எவ்வளவோ சொல்லணும்னு இருக்கேன் நான்... அப்புறம்... அப்புறம் சொல்றேன். இப்போ தலை சுத்தறது மாதிரி... இல்லயில்ல. உடம்புக்கு ஒண்ணுமில்ல. அப்படியே இருந்தாலும் மருத்துவரும் மருந்துமில்லாம தானே எதிர் கொள்றதுக்கான உறுதி இந்த உடலுக்கு உண்டு. நான் கொஞ்சம் தூங்கணும்... அதுவும் அமைதியா. மாரத்தான் ஓட்டக்காரி தன்னோட லட்சியத்த அடைஞ்சுட்ட மகிழ்ச்சியிலதான் இப்போ நான் இருக்கேன். மத்தத நாளைக்கு...''

4

தீவில் முதல் நாள்

''படகுல பிடிச்ச தீயோட கடைசி தீக்கொழுந்தும் அணைஞ்சவுடன் நாங்க எல்லோரும் மணல்திட்டுக்களின் வழியா தீவுக்குள்ளே நடந்தோம். பசுமை தவழும் ஒரு வங்காள கிராமத்த நினைவுப்படுத்தற இயற்கையமைப்பு. அறிமுகமில்லாத பலவகை மரங்க. அவற்றுக்கிடையே பறந்து திரியற பறவைங்க. கடலிலேர்ந்து ஓடிவர்ற உப்புச் சுவையுடைய காற்று. எதிரே எங்கேயும் வழிகளே இல்ல. பலவகை செடிகங்களாலும் விழுந்து கிடக்குற சருகுங்களாலும் அந்தத் தீவோட தரை பூராவும் மூடப்பட்டு இருந்தது. அவற்றுக்கிடையே பலவகை உயிரினங்க. புழுக்கள், பட்டாம்பூச்சிங்க, பச்சோந்திங்க, அணிலுங்க. தரையில நாம பார்க்க முடியாத இடங்கள்ல பாம்புங்க இருந்தனவோ என்னவோ தெரியல. சதுப்பு நிலங்கள்ல உள்ள கடிச்சா பிடிய வுடாத அட்டைங்களப் பத்தி அறிஞ்ச உண்மைங்களும் எங்களப் பயமுறுத்தின. செருப்பு அணியாத மணல் புரண்ட கால் பாதங்கள் முன்னே செல்ல தயங்கின. எங்க எல்லோருக்கும் முன்னால பேராசிரியர். அவர் எதையோ ஆலோசிச்சுட்டு, 'முன்னே போவலாம்'னு கையால சைகை செஞ்சார். அதை நாங்க பின்பற்றினோம். எல்லோரும் முன்னோக்கி நடந்தோம். இவ்வளவு காலம் வரையிலும் பலவகையான செருப்புங்களால பாதுகாக்கப்பட்ட பாதங்களும், காலத்துக்குத் தகுந்தாப்போல ஒத்துப் போற பலவித ஆடைங்களால மூடப்பட்ட சரீரமும் ஆல்ஃபாவோட அடர்ந்த காட்டோட யதார்த்த சூழலுக்குள்ளே... எனக்கு வெறுப்பாக இருந்தது. விடுதி அறையில ஒரு கரப்பான கண்டாலே எனக்கு வெறுப்பா இருக்கும். அப்படிப்பட்ட ஜந்துக்கள் என் உடல்ல எங்கே தொட்டாலும் என்னால பொறுத்துக்க முடியாது. ஆனா, இனிமேயுள்ள சகவாசமே இவையோடதான்கறத நினைச்சப்போ கஷ்டமாத்தான் இருந்தது.

அப்போதான் எங்கள விட்டுட்டு விலகிப்போன கிறிஸ்டோபர் உரக்கக் கைதட்டிக் கூப்பிட்டான். பெரிசா ஒண்ணுமில்ல. தனக்கு முன்னால தெரிஞ்ச பெரிய சிலந்தி வலையில சூரிய ஒளி சிதறி விழுந்து வானவில்லு உண்டாவறத காட்டறதுக்காகத்தான். நான் என் வாழ்க்கையிலேயே இதுவரைக்கும் கண்டதைவிட மிகப்பெரிய சிலந்தி வலையா அது இருந்தது. ரெண்டு சின்ன மரங்களுக்கிடையே ஏறக்குறைய ஒன்றரை மீட்டர் அகலத்துல. அந்தப் பெரிய வலையோட ஒரு ஓரத்துல ஒரு பெரிய சிலந்தி இரைக்காகக் காத்துக்கிட்டு இருந்தது. எங்க வாழ்க்கையும் இதேபோல ஒரு வலைக்குள்ளே மாட்டிக்கப் போகிறதோ என்னவோ? இல்லே, மாட்டிக்கிட்டோமோ? எங்களோட சுதந் தரமும் இனிமே அசாத்தியமான ஒண்ணுதான். இருபத்தஞ்சு வருஷம் அந்த வலைக்குள்ளே கிடந்த பின்னால இன்னிக்கு உங்களோட உக்கார்ந்து இந்தக் கதையச் சொல்லுவேன்னு நான் அன்னிக்கு நம்பியிருக்கல. எல்லாமே அங்கே ஒரு நியதிக் குள்ளேதான். கடைசியில, அந்தக் கதையச் சொல்ல சுயவுணர் வோட மிஞ்சியிருந்தது, அந்த ஆராய்ச்சியோட ஒருபோதும் மனதார ஒத்துப் போவ முடியாம இருந்த நான் மட்டுமல்லவா! இல்லேன்னா, நல்லா கதை சொல்லத் தெரிஞ்ச ஹரிகிருஷ்ண சர்க்காருக்கோ, எப்போதும் வாயாடியாவே இருந்த ஊர்மிளா வுக்கோ அல்லவா இந்த வாய்ப்புக் கிடைச்சிருக்கும்! பாவம். அவ அப்போ தூக்கியெறிஞ்ச மொழி இப்போ மீண்டும் கிடைக்காமையினால ஏற்பட்டுள்ள நிலைதான் இது!

''எட்டுக்கால் பூச்சியோட வலையப் பத்திதானே சொல்லிக்கிட்டு வந்தேன்... நாங்க ஒண்ணு ரெண்டு பேருங்க அந்த வலைக்குப் பக்கத்துல போய் கொஞ்ச நேரம் பார்த்துண்டிருந்தோம். எங்கள்ல கிறிஸ்டோபர் படிச்சதும் சொல்லிக் கொடுத்ததும் விலங்கியலுதான். கோவாவுல ஒரு சாதாரண குடும்பத்துல பிறந்து பம்பாய் பல்கலைக்கழகத்திலேர்ந்து முனைவர் பட்டம் பெற்ற அவன் அதிகம் பேசாத குணமுடையவனா இருந்தான். அதனாலதான் எங்கக் குழுவிலேயே மிகப்பெரிய அதிர்ஷ்ட சாலியா இருந்தான். மொழிய பயன்படுத்தறவுங்களுக்குத்தானே அத ஒதுக்கறதுனால பிரச்னைங்க உண்டாவும்!

''மத்தியானத்துக்குள்ளே நாங்க பலரும் ரெண்டு மூணு பேருங் களாக உள்ள குழுவாகி பல வழிங்கள்ல பிரிஞ்சிவிட்டிருந்தோம். சில பேரு கடற்கரையில உள்ள மணல் திட்டுங்களிலேயே உக்காந்துட்டாங்க. சிலந்தி வலையப் பார்த்துட்டு ஆச்சரியப்

பட்ட கிறிஸ்டோபர்கிட்ட யாரும் நிக்கல. நானும் ஹரியும் சேர்ந்து தீவுக்குள்ளே வெகுதூரம் நடந்தோம். பேராசிரியர் ஒரு பெரிய மரத்தோட நிழல்ல தனியாளா அமர்ந்துட்டாரு. நாங்க அவரைத் தொந்தரவு செய்யாம ஒதுங்கிட்டோம். கொஞ்ச தூரம் நடந்ததும்தான் எங்களச் சுத்தி ஒரு கனத்த தனிமைய எங்களால உணர முடிஞ்சுது. மத்தவங்களும் எங்கெல்லாமோ பிரிஞ்சி போயிருந்தாங்க. என்கிட்டே நிறைய பேசணும்னு ஹரிக்கு எண்ணம் உண்டுன்னு எனக்குத் தெரியும். எனக்கும் அதே மாதிரிதான் இருந்தது. ஆனா, நாங்க பேசிக்கலங்கறதுதான் ஆச்சரியம்.''

''ஏன், எதனால? உங்களுக்குத்தான் இந்த ஆராய்ச்சியோட எல்லா நியதிங்க மேலும் தெளிவான ஒத்துமையில்லேன்னு சொன்னீங்களே!''

''வேணும்னா நாங்க பேசிக்கலாம்தான். எங்க வாழ்க்கையில அதுக்கு முன்னாலும் கொஞ்சம் வருஷமா தாராளமா பேசிக் கிட்டும் இருந்திருக்கோம்தான். ஆனா, எங்களுக்கு இதுல பங்குபெற புதிய தெரிவுகளும் இல்லாம இருந்தன. இந்த ஆராய்ச்சியோட பரிணாமத்தப் பத்தி எங்களுக்குப் பேசணும் னும் இருந்தது - தீவைப் பத்தி, தீவுலப் பார்த்த விஷயங்களப் பத்தி, தீவுல இறங்குனதிலேர்ந்து எங்க ஒவ்வொருத்தருக்கும் நேர்ந்த, நேர்ந்துகிட்டு இருக்கிற மாத்தங்களப் பத்தி. ஆனா, புலப்படாத ஏதோ ஒண்ணு எங்கள அதுலேர்ந்து பின்வாங்கச் செய்தது. ஒருவேளை, பேராசிரியர்கிட்டே எங்களுக்கு இருக்கிற மரியாதையா இல்லே, அவருகிட்டே இருக்கிற புலப்படாத சக்தியான்னு தெரியல. கடைசியில நாங்க ஒரு மர நிழல்ல உக்கார்ந்தோம். நிர்வாணமா இருந்த என்னோட மடியில ஹரி தலை வச்சுப் படுத்தான். எவ்வளவு நேரம் நாங்க அப்படியே அமர்ந்திருந்தோம்னு தெரியல. முதல்ல கொஞ்ச நேரம் வரைக் கும் பரஸ்பரம் நாங்க கண்களால மட்டுமே நோக்கிக்கிட்டோம். என்னையுமறியாம நான் ஏதாச்சும் பேசிவிடுவேனோன்னு எனக்குப் பயமா இருந்தது. கொஞ்சம் நேரம் போனதும் வார்த்தைகள பயன்படுத்தாம கண்களாலும் பேசிக்க முடியும்னு எங்களுக்குப் புரிஞ்சுது. பார்வையில வர்ற பார்வை மாற்றங் களுக்கு அர்த்தம் தெரிஞ்சிக்கறதுக்கும் எங்களால எளிமையா கத்துக்க முடிஞ்சுது. அப்போ அவனோட கண்ணுங்க என்கிட்டே என்ன சொல்லிக்கிட்டு இருந்ததுன்னு தெரியுமா...?''

''மாலினி, இப்போ நாம பல்லாயிரமாண்டுகளுக்குப் பின்னால தான் இருக்கோம். அதுவும் மனித இனத்தோட தொடக்கத்துல... காலத்தேரோட சக்கரம் வெகுவாகப் பின்னுக்கு ஓடி நிலைச் சுட்டுது. இந்தத் தீவு ஆப்பிரிக்கா, ஆசியா, லத்தீன் அமெரிக்கா போன்ற ஏதாவது ஒரு தேசத்தோட ஒரு பகுதியா இருந்திருக்கலாம். வரலாற்றின் பூகம்பத்தால சிதறிப் போன பூமியோட ஒரு துண்டு நிலப் பகுதி. அதுலதான் நாம உக்கார்ந்திருக்கோம். மனுஷங்க ஆதியில நல்லவங்களாத்தான் இருந்திருக்காங்க. முன்னேறிச் செல்லற வழிங்கள்லதான் அவங்க சுயநலத்தையும் கபடத்தையும் தன்வசமாக்கிக்கிட்டாங்க. அதிகாரம் அகங்காரம்கிற வடிவுகளின் மூலமா அவனோட களங்கமான நாளுங்களும் தொடங்கிவிடு கின்றன. நாம இப்போ அவற்றையெல்லாம் ஒதுக்கிட்டு சுதந் தரமா மிகவும் உன்னதமான நிலையில ஒரு புது யுகத்தையே தொடங்கிக்கிட்டிருக்கிறோம். இழந்ததை பத்தியெல்லாம் நினைச்சி துக்கப்படாம தேடிப் பெற்ற இந்த விலைமதிக்க முடி யாத சுதந்தரத்தப் பத்தி நினைச்சிப் பாருங்க. நாம இங்கே என்ன செய்யப் போறோம்கறத தீர்மானிக்கப் போறதும் நாமேதான். மத்தவங்கள திருப்தி படுத்தறதுக்காகவோ, அவங்களுக்கு போதிப் பதற்காகவோ நாம எதுவும் செய்ய வேண்டியதில்ல. யாருக்கும் யாருகிட்டேயும் பாத்தியமில்லாம, முற்றிலும் மரியாதையாக சாடைப் பேச்சுக்களும் பொய்யுரைங்களுமில்லாம ஒரு வாழ்க்கையைத்தான் நாம இங்கிருந்து ஆரம்பிக்கப் போறோம்.''

''என் கண்களிலேர்ந்து என்னதான் கற்றுக் கொண்டானோ எனக்குத் தெரியல. அப்போது நேரம் அந்தியாகத் தொடங்கி யிருந்தது. எங்களுக்கு ரொம்பவும் பசி எடுக்க ஆரம்பித்திருந்தது. ஆகாரத்துக்கு ஏதாவது கிடைக்குமான்னு நாங்க தேடினோம். எங்க முன்னால சாப்பிடறதுக்கு எதுவும் இல்லாம இருந்தது. கொஞ்சம் நேரம் அலைஞ்சு பார்த்துட்டு மறுபடியும் பேராசிரி யருக்குப் பக்கத்துல போனோம். அவரோடு ஊர்மிளாவும் இருந்தா. அவங்க எங்களுக்குக் கொஞ்சம் காட்டுப் பழங்கள கொடுத்தாங்க. என்னவோ ஒரு மாதிரியான போதை மயக்கம் அந்தப் பழங்களுக்கு இருந்தது. அந்தப் போதையில அரை உணர்விலிருந்த நாங்க முழு மயக்கத்துக்குப் போயி அப்படியே தூங்கிட்டோம்.''

தீவின் முதல் நாள் கதையைக் கேட்டதும் எனக்கு ஒரு தொடக்கம் கிடைத்தது என்றாலும், ஏராளமான புதிய கேள்விகள் என்னுள்

எழும்பின. மாலினி என்னிடம் சொல்வதெல்லாம் உண்மையா இல்லே, உண்மையிலிருந்து அவளுக்கு நல்லது என்று தோன்றும் விஷயங்களை மட்டும் கூறுகிறாளா என்று தெரியவில்லை. இந்த ஆராய்ச்சியில் தெளிவான மனப்பூர்வ ஒத்துழைப்பில்லாமல் இவள் ஏன் எதற்காகப் புறப்பட்டுப் போனாள். அதைத் தெரிந்து கொள்ள வேண்டுமானால் மாலினியைப் பற்றி பேராசிரியர் சதீஷ் சந்திர பானர்ஜி அளித்த வாழ்க்கைக் குறிப்பை எடுத்துப் பார்க்க வேண்டும். பதிமூன்று பேர்களின் வாழ்க்கைக் குறிப்புகளும், ஆராய்ச்சியின் விவர அறிக்கையும், தீவுக்குச் செல்வதற்கான வரைபடமும் மூன்றாண்டுகளுக்கு முன்பே எனக்குக் கிடைத்தன. அதனால், மாலினியைத் தூங்குவதற்காக அனுப்பிவிட்டு நான் வாழ்க்கைக் குறிப்புகளுக்குள் மூழ்கினேன்.

5

மாலினி தேசாயின் வாழ்க்கைக் குறிப்பு

வரலாற்றைப் படித்து முடித்ததும் எனக்கு ஒரு விஷயம் மட்டும் தெளிவாயிற்று. அவள் இதுவரையில் சொன்னதற்கும் அதிக மாகவே வேறு என்னவோ இருக்கிறது. பேராசிரியரின் ஆராய்ச்சி யில் அவர்களைப் பங்குபெறத் தூண்டியது மானுடவியலில் உள்ள ஆர்வத்துடன் வேறு சில காரணங்களும் இருந்துள்ளன. அது மாலினி விஷயத்தில் மட்டுமல்லாமல் மற்ற குழு உறுப்பினர்களின் விஷயத்திலும் சரியாகவே இருந்துள்ளது. எவ்வித நிர்ப்பந்தங்களும் இல்லாமல் வாழலாம் என்கிற ஆர்வ மும், தடைகளை உடைத்தெறியலாம் என்கிற ஆவேசமும்தான் அதற்கான காரணங்களாகப் பலருக்கும் இருந்திருக்கின்றன. அறிவையும் மொழியையும் உதறித் தள்ளல் என்பது ஆராய்ச்சி யின் பிரிக்க முடியாத அங்கமாகிவிட்டதால் வேறு வழியில்லா மல் நிபந்தனையை ஏற்றுக் கொள்ளும்படியாகிவிட்டது என்பது மட்டும் யதார்த்தம்.

பதினேழு பக்கங்களையுடைய மாலினியின் வாழ்க்கைக் குறிப்பளிக்கும் நினைவூட்டல்களில் அதிகமாகவும் அவள் அபரிமிதமாகப் போதையைப் பயன்படுத்தியது பற்றியும் கட்டுப்பாடில்லாமல் ஜீவித மொழிநடையைப் பற்றியதாகவுமே இருந்தன. படிப்பிலும் மற்ற எல்லா வகையிலும் ஒரே மாதிரி யான திறமையுடன் ஜொலித்துக் கொண்டிருந்த அவளுக்குக் குடும்பமும் சமூகமும் நிச்சயிக்கும் நியதிகளை அனுசரித்து வாழ முடிந்ததில்லை. போதை மருந்து உபயோகத்துக்கு அடிமையாகி இருமுறை தில்லி மருத்துவமனை ஒன்றில் சிகிச்சைப் பெற்றிருக் கிறாள். ஏழாண்டுகால கல்லூரிப் படிப்புக்கிடையே எட்டோ ஒன்பதோ காதல் தோல்விகள் வேறு. அதனால், மாலினிக்கு இந்த ஆராய்ச்சியானது சுகமில்லாத யதார்த்தங்களில் இருந்து

தப்பியோடுவதற்கான ஒரு வழியாக மட்டுமே இருந்தது. ஆனால், உரையாடல்களில் பல சமயங்களிலும் தன்னுடைய கபடத்தன்மை வெளியே தெரியாமல் சாமர்த்தியமாக மறைப் பதற்கான முயற்சியை அவள் வெளிப்படுத்தி இருக்கிறாள்.

மற்ற குறிப்புகள் ஒவ்வொன்றையும் நான் படித்தேன். எத்தனை யெத்தனை வித்தியாசமான மனிதர்கள். ஒரு வார்த்தைகூட பேசாமல் மயக்கத்தில் படுத்திருக்கும் ஊர்மிளா கர்நாடகக்காரி. ஸ்டேட்ஸ்மேன் பத்திரிகையின் தில்லி ப்யூரோவின் நிருபராக இருந்தவள். ஆங்கில இலக்கியத்தில் பட்டத்துக்கு மேல் பட்டம் பெற்று இன்வெஸ்டிகேட்டிவ் ஜர்னலிஸத்தில் தனி பயிற்சி பெற்ற பெண். அவளுக்கு இந்த ஆராய்ச்சி ஒரு சாகசத் தன்மை நிறைந்த பத்திரிகைச் செய்தியாகத்தான் இருந்தது. இதுவரையில் எந்தவொரு பத்திரிகையாளனும் ஏற்றுக் கொள்ளத் தைரியப்படாத ஆபத்தான செயல். பெங்களூர் லால்பாக்கிலுள்ள மர நிழல்களில் அமர்ந்து ஆங்கிலக் கவிதைகளைக் கிறுக்கிக் கொண்டிருந்த அவளுக்கு வாழ்க்கை என்பதும் அமைதியான ஓர் அனுபவ மாகத்தான் அதுவரையில் இருந்தது. தந்தை ஹெச்.ஏ.எல்.லில் ஒரு பொறியாளர். தாய் கல்லூரி பேராசிரியை. குடகுக்காரி. மகளுக்கும் தாயைப் போலவே பேராசிரியையாக வேண்டுமென்பதுதான் ஆவல். ஆனால், இறுதியாண்டு எம்.ஏ.வில் படிக்கும்போது ஸ்டேட்ஸ்மேன் நடத்திய கட்டுரைப் போட்டியில் முதல் பரிசு பெற்றதும் அவள் வாழ்க்கையே திசை மாறிவிட்டது. சத்தும் நேர்மையுமுள்ள ஊர்மிளாவின் மொழியைப் பார்த்துவிட்டு தேர்வு முடிவு வெளிவருவதற்கு முன்பே அவளுக்கு பெங்களூரிலேயே வேலை கொடுத்துவிட்டார்கள். அவளும் ஒரு ஜர்னலிஸ்டாகி விட்டாள்.

அதன்பிறகு அவளுக்கு மேன்மேலும் உயர்வுகளுக்கான படிகளாகவே அமைந்தன. தில்லியில் நடந்த ஒரு வரலாற்று மாநாட்டைச் செய்தியாக்குவதற்காக வந்தபோதுதான் அவள் பேராசிரியருக்கு அறிமுகமானாள். மானுடவியலைப் பற்றிய அவளுடைய கேள்விகளுக்குப் பதிலளிக்கும்போது பேராசிரியர் சொன்ன பல விஷயங்கள் பெரும் செய்தி முக்கியத்துவம் பெற்றன. குடும்பத்திலும் சமூகத்திலும் நிலைத்திருக்கும் அநாவசியமான கட்டுப்பாடுகளும் சுதந்தரமின்மைகளும்தான் நம் இளைய தலைமுறையின் செயல்திறனை அழிக்கிறது என்பதை முதன்மைப்படுத்திச் சொல்லியிருந்தார் பேராசிரியர். மேலும், மேற்கத்திய நாடுகளில் அளிக்கப்படும் அதிகப்படியான

சுதந்தர நிலைப்பாடுகள்தான் அந்நாடுகளின் இளைய தலை முறையினரின் முன்னேற்றத்துக்குக் காரணம் என்றும் சொன்னார் பேராசிரியர் உபலேந்து சாட்டர்ஜி. அவருடைய இந்த வாதங் களுக்கு எதிராக நாட்டின் நாலா திசைகளிலுமிருந்தும் கடுமை யான விமரிசனம் எழும்பியது.

இறுதியில், இந்த விவாதங்களின் சூறாவளிக்கிடையே ஊர்மிளா பெங்களூரிலிருந்து, 'தங்கள் கருத்தை மேலும் தெளிவுபடுத்த முடியுமா?' என்று தொலைபேசியில் கேட்டாள். அதற்குப் பதிலாகத்தான் தன்னுடைய ஆராய்ச்சியைப் பற்றியும் அத னுடைய அறிவியல் அறைகூவல்களைப் பற்றியும் பேராசிரியர் எழுதி அனுப்பினார். இந்த ஆராய்ச்சியில் பங்குபெறத் தயாரா என்னும் கேள்வியுடன்தான் அக்கடிதத்தையும் அவர் முடித் திருந்தார். வெகு நாளைய கூட்டல் கழித்தல்களுக்குப் பின் அவள் பேராசிரியருக்குத் தொலைபேசினாள். அந்தத் தொலைபேசியின் மூலம் அவள் சொன்ன ஒரே வார்த்தை 'எஸ்'.

நான் ஊர்மிளா படுத்திருந்த அறைக்குள் சென்றேன். அவளிடம் எந்தவொரு வித்தியாசமும் தெரியவில்லை. அதே படுக்கை. இன்று அந்தியில்கூட டாக்டர் வந்து பார்த்தார். மருந்துகளெல் லாம்கூட முறையாக நரம்புகள் வழியாக அவள் உடலில் ஏறிக் கொண்டிருக்கின்றன. ஆனால், இன்னும் அவளுடைய கண் இமைகள்கூடத் துடிக்கவில்லை. வாயிலிருந்து ஒரு வார்த்தை கூட வெளிவரவில்லை. இடையிடையே மெல்லிய வேதனை முனகல் மட்டும் கேட்டது. சில சமயம் மட்டும் மூச்சு விடுதலும் இழுத்தலும் மிக வேகமாக இருந்தன.

''தெளிவா புரிஞ்சுக்க முடியாத ஒரு கோமா நிலைதான். இப்படி எத்தனை நாளா படுத்திருக்காங்கன்னு நமக்கு தெரியலியே. அதனால, நல்லத மட்டும எதிர்பார்த்து, நாம முயற்சிக்கலாம். சில சமயம் இன்னும் கொஞ்சம் அதிகக் காலத்தையும் எடுத்துக்கலாம்.''

டாக்டர் நல்ல எதிர்பார்ப்பை மட்டும் அளித்துவிட்டு திரும்பிப் போனார். இன்னும் எத்தனை நாள்கள் காத்திருக்க வேண்டுமோ என்னமோ. சுயநினைவு பெற்று எழுந்துவிட்டால் ஊர்மிளா சொல்லப் போவதெல்லாம் என்னவாக இருக்கும்! ஸ்டேட்ஸ் மேனுக்காக அவள் என்னவெல்லாம் மனத்தில் பாதுகாத்து வைத்திருப்பாளோ?

அடுத்த அறைக்குள் சென்றதும் நான் ஆச்சரியப்பட்டேன். படுக்கையில் அமர்ந்து சுற்றுமுற்றும் திகைத்து நோக்கிக் கொண்டிருந்தான் சந்தோஷ். அவனிடம் என்ன கேட்பது? வேண்டாம், சந்தோஷே பேசட்டும். கொஞ்ச நேரத்துக்கு யாரும் ஒன்றும் பேசவில்லை. அதன்பின் சந்தோஷ் தயங்கித் தயங்கி என்னிடம் கேட்டான்:

''நீங்க யாரு? நான் இப்போ எங்க இருக்கேன்?''

''சந்தோஷ். நான் அவிநாஷ். சதீஷ் சந்திர பானர்ஜியோட சிஷ்யன். உங்க பேராசிரியர் என் குருகிட்டேதான் எல்லாத்தை யும் ஒப்படைச்சிருந்தார். துரதிர்ஷ்டவசமா அவருக்கு உடம்பு சரியில்லாததால தீவுக்கு வரமுடியல. நான்தான் உங்கள இங்க கொண்டாந்தேன். ஆல்ஃபாவிலேர்ந்து நீங்க இங்க வந்து மூணு நாளாயிட்டுது. மாலினி அடுத்த அறையில இருக்காங்க. ஊர்மிளா மட்டும் இன்னும் எழுந்திருக்கல. கோமாவுல இருக்காங்க.''

சந்தோஷ் அமைதியாகக் கேட்டுக் கொண்டிருந்தான். அவன் முகத்தில் எதிர்பார்த்தலின் மெல்லிய ஒளி தெளிவடைந்து வருவதுபோல் இருந்தது. சென்ற இருபத்தைந்து ஆண்டுகளின் நினைவுகளுக்குள் அவன் நழுவி விழுந்து கொண்டிருந்தான்.

''எனக்குக் கொஞ்சம் தண்ணி வேணும். ரொம்பத் தாகமா இருக்கு.''

6

சந்தோஷ் பட்நாகர் சொன்ன கதை

''தீவு முழுக்க கருத்த பெரிய பெரிய பல்லிகளாகவே இருந்தன. அரணை அளவுக்குப் பெரிசு. திடீர்னு மரக் கிளைங்களிலேர்ந்து கீழே துள்ளி விழும். அவற்றுக்குப் பயங்கரமான விஷம். அந்த மாதிரியான ஒரு பல்லி கடிச்சுதான் மெர்லின் நினைவு தவறிப் போனா. அப்புறம்தான் நாங்க அந்த பல்லியோட விஷத்துக்கு மருந்து கண்டுபுடிச்சோம்.

''இதே மாதிரி, அந்தத் தீவு பூராவும் நமக்குப் பழக்கமில்லாத பலவகை ஜந்துக்கள் இருந்தன. பல்லிங்க, பலவகை பச்சோந்திங்க, வண்ணத்துப் பூச்சிங்கன்னு பல வகைங்களும் இருந்தன. பெரிய ஜீவனுங்க பொதுவா குறைவாவே இருந்தன. பரிணாமத்தோட ஆரம்பக் கட்டத்துலதான் ஆல்ஃபாவோட உயிரியல் நிலையும் எட்டியிருந்தது. நாய், புலி, யானை, சிறுத்தைன்னு பெரிய மிருகங்க எதுவும் தோன்றியிருக்கல. மஞ்ச நிறமும் நீண்ட மூக்குமுள்ள ஒருவகை சின்னக் குருவிங்களத்தான் எனக்கு ரொம்பவும் புடிச்சிருந்தது. இந்தக் குருவிங்களுக்காகவே ஒரு தீவு இருந்திருந்தா எப்படியிருக்கும்னு ஒருமுறை ஸ்வேதா சொல்லிக்கிட்டிருந்தா. தீவு பூராவும் மஞ்ச குருவிங்களா? அதுல எனக்கு விருப்பமில்ல. ஒரு தீவு முழுக்க இந்த மாதிரி பறவைங்களாவே இருந்தா கண்டிப்பா அது சுவாரசியமாவே இருக்காது. மரங்களுக்கும் செடிங்களுக்கும் இடையில, பலவகையான ஜந்துக்களுக்கும் மத்தியில திடீர்னு பறந்து போகிற மஞ்ச பறவையா அது இருந்தாத்தான் எனக்குப் பிடிக்கும். ஆரம்பத்துல கொஞ்ச நாள் வரைக்கும் எங்களுக்கு ரொம்பவும் சுகமாகவே இருந்தது. பழக்கமில்லாத காட்டுப் பழங்கள தின்னுட்டு மூணாம் நாளு கண்டுபுடிச்ச குகையோட ஈரமுள்ள கல் படிங்கள்ல நாங்க தூங்கினோம். கொஞ்ச நாள்களிலேயே தீவு வாழ்க்கையில நாங்க மெல்ல மெல்ல சேர்ந்துக்கிட்டோம்.''

''அந்தத் தீவு வாழ்க்கையில அவ்வளவு சுலபத்தில உங்களால இணைஞ்சிக்க முடிஞ்சுதுங்களா? நாகரிகத்தோட போலி பகட்டையும் பழக்கவழக்கங்களையும் அவ்வளவு சுலபத்துல உங்களால ஒதுக்க முடிஞ்சுதுங்களா?''

''இல்ல. அது அவ்வளவு சுலபமா இருக்கலதான். ஆரம்பத்து லேர்ந்தே ஒவ்வொரு சரடா அறும்போது நாங்க ரொம்பவும் கஷ்டப்பட்டோம். வந்த படகிலேர்ந்து இறங்கினது முதலே பெண்களுக்குத்தான் ரொம்பவும் சங்கடமாக இருந்தது. செமி னார்களிலும் விவாதங்களிலும் பெண் சுதந்தரத்தப் பத்தி வாய் ஓயாம பேசிக்கிட்டு இருந்தவங்க, தங்களோட ஆடையை களைந்தது முதலே ரொம்பவும் மனச்சங்கடத்துல மூழ்கிட் டாங்க. மொதல்ல மாலினிதான் எல்லாத்துக்கும் தயாரானா. ஆனா, அவகூட முழுமையா நிர்வாணத்த ஏத்துக்க மிகவும் சங்கடப்பட்டா. உங்களுக்குத்தான் தெரியுமே, நம்ம சமூகம் பெண்களுக்கு அளித்துள்ள பொறுப்புகளும் விலக்குகளும். தன்னோட உடம்புக்கு மதிப்பளிக்கணும்கற பேர்ல என்னென்ன வேண்டாத வேலைங்களையெல்லாம் அவ செஞ்சுக்கிட்டு இருந்தா தெரியுமா! இந்த விஷயத்துல மேற்கத்திய நாடுங்கள்ல எல்லாம் வித்தியாசமா இருப்பாங்க. அவங்க அழகை மூடி மறைக்கறவங்க இல்ல. நாம என்னடான்னா அஞ்சு மீட்டர் நீளமுள்ள புடைவை... அப்புறம்... இன்னும் என்ன வெல்லாமோ...''

''சந்தோஷ், உங்க எல்லோருக்குமே பைத்தியம்தான் இருந் திருக்கு. மனுஷனுக்குப் பயன்படற விஷயங்களுக்காக ஆராய்ச்சி பண்ணாம... உம்... இந்த நாட்டோட பெரிய பெரிய அறிவாளிங்களுக்கே பைத்தியம் புடிச்சா...''

''பைத்தியமா... என்ன, இப்படிச் சொல்றீங்க நீங்க? சமூகத்துல நிலைச்சி நிக்கற நியதிங்களுக்கு எதிரா சிந்திச்சவங்கதான் மனுஷ குலத்துக்குப் பல வெற்றிங்களயும் கொடுத்திருக்காங்க. கொலம் பஸ் கிழக்கே போகாம மேற்கே போனதாலதானே அமெரிக் காவைக் கண்டுபுடிச்சார். பல சமயங்களிலும் சிலரோட பைத்தியத்திலேர்ந்துதான் மனித வெற்றியும், பயனுள்ள லாபங் களும் கிடைக்கின்றன.''

''அப்படின்னா, நீங்க அடைஞ்ச வெற்றி என்ன? இருபத்தஞ்சு வருஷத்துல பத்து பேருங்களோட மரணம். அப்புறம் ஆரோக்

கியம் கொஞ்சம்கூட மிச்சமில்லாத மூணு பேருங்க வேற. அதோடில்லாம, மொழியும் நாகரிகமும் தெரியாத நாற்பத்தி யேழு பேருங்க. நீங்களெல்லாம் அவங்ககிட்டே எவ்வளவு குரூரமா நடந்துகிட்டிருக்கிறீங்க. உங்க அறிவோட வெளிச்சத்த அவங்ககிட்டேர்ந்து மறைச்சிருக்கீங்க. அதையெல்லாம் ஒண்ணும் தெரியாத மிருகங்களப் போல வளர்த்திருக்கீங்க. அவங்களெல்லாம் உங்க ரத்தம், தசையோட ஒரு அங்கம். மனுஷ வம்சம் பல யுகங்களா கஷ்டப்பட்டு கண்டுபுடிச்ச வெற்றிங்கள யெல்லாம் அவங்களுக்கும் உரிமையானதுதானே? அவைங்கள அவங்ககிட்டேர்ந்து மறைச்சு வைக்கறதுக்கு உங்களுக்கு என்ன உரிமை இருக்கு? இவ்வளவு உரிமை இருந்தும் அவங்க காட்டு மிருகங்களப் போல பரஸ்பரம் அலறிக்கிட்டும் கூச்சலிட்டுக் கிட்டும் கடிச்சிக்குதறிக்கிட்டுமல்லவா வாழறாங்க. அவங்கள்ல எத்தனை பேரு உங்க புள்ளைங்க? இப்படிப்பட்ட கொடூரத்த அவங்களுக்குச் செய்ய உங்களுக்கு எப்படித் தைரியம் வந்தது?''

சந்தோஷ் அமைதியாகிவிட்டான். அவனுக்கு எங்கேயோ எதையோ இழந்துவிட்டதைப் போல இருந்தது. சொந்த முடிவு களை நியாயப்படுத்த சிரமப்படுவதுபோல் இருந்தது. மனத்தில் எங்கேயோ ஒரு மெல்லிய திணறல்... தன் மகனோ மகளாகவோ அவர்களில் யார் யாரெல்லாம் இருப்பார்கள். ஸ்வேதாவின் முதல் மகள், ஊர்மிளாவின் இரண்டாவது மகன்... அவர்கள் இருவருக்குமே தன்னுடைய தெளிவான சாயல் உள்ளதுபோல் தோன்றுகிறது. அவர்கள் மட்டும்தானா? தீர்மானமாகச் சொல்ல முடியாது. அதேபோல், இவர்கள்தான் தனக்குச் சொந்தம் என்றும் உறுதியாகச் சொல்ல முடியாது. ஆனால், ஆரம்பத்தில் கொஞ்ச நாள்கள் வரையில் ஸ்வேதா தன்னோடு மட்டும்தான். ஆனால், அவையெல்லாம் ஆராய்ச்சியின் சட்ட திட்டங்களுக்கு எதிரானவை. அந்தப் பதிமூன்று பேர்களுக்குள்ளே எல்லோரும் எல்லோருக்கும் சொந்தமாக இருந்திருக்கிறார்கள்.

''அவிநாஷ், உங்களோட எண்ணத்த என்னால புரிஞ்சுக்க முடி யறது. ஆனா, ஆராய்ச்சிகள்ல இவையெல்லாம் தவிர்க்க முடியாதவையாகும். ஒரு விஞ்ஞானி வெள்ளெலி, முயலுங் களோட வேதனைய நினைச்சி துக்கப்படறது இல்ல. இன்னிக்கு நாகரிகத்தோட வெற்றிங்களா நீங்க பாக்கற பலதும் அநேகமா பல ஜீவராசிங்களோடதும் மனிதர்களோடதுமான வேதனை கள்ல இருந்தும் தியாகத்திலேர்ந்தும் பெற்றவைதான். நேசத்தி னுடைய, கருணையினுடைய மொழியல்ல அறிவியலுடையது.

அறிவியல்ங்கறது பல சமயங்களிலும் மிகக் கொடூரமானவையா இருக்கும். மனிதனோட சுயநலமும் குரூரமும் சேர்ந்த இச்சைங்களோட வெற்றிதான் அறிவியலோட வெற்றிகளும். அதனால்தான் ஒரு விஞ்ஞானிங்கறவன் ஒருபோதும் உணர்ச்சிக் கொள்றவனா ஆகறதில்ல. கட்டக்கிலுள்ள என் வீட்டுலேர்ந்து கடைசியா வெளியேறும்போது நான் எங்கே போகிறேன்கறதக் கூட சொல்லாம, எப்போ திரும்பி வருவேன்கறதயும் சொல் லாம, மனைவியையும் ரெண்டு புள்ளைங்களயும் உதறிட்டுப் போனது குரூரத்தன்மையல்லவா? என் புள்ளைங்க இப்போ, அப்பா எங்கேயோ போயி செத்துப் போயிருப்பாருன்னுதான் நம்பிக்கிட்டு இருப்பாங்க. ஏதாவது விபத்திலோ, தற்கொலை செய்துக்கிட்டோ, கொலையுண்டோ செத்திருக்கலாம்னு அவங்க சிந்திச்சிருக்கலாம். உண்மைய, இயற்கையத் தேடும் ஒரு மனிதனுக்கு இப்படிப்பட்ட குரூரத்தன்மைங்க தவிர்க்க முடியாதவைங்கதான்.''

''அவங்களுக்கெல்லாம் அறிவும் கல்வியும் உண்டு. அந்தப் புள்ளைங்களால தங்களுக்கென சொந்த வழிய கண்டுபுடிக்க முடியும். வேணுமானா மனைவியாலும் முடியும். ஆனா, ஆல்ஃபாவுல அலையற அந்த நாற்பத்தியேழு பேருக்கும் ஒண்ணுமில்ல, தாங்கள் செய்யாத தவறுகளோட பலியாடுங் களா, உங்களோட பைத்தியக்காரத் தனமான ஆராய்ச்சியோட துக்க ஆவணமா அவங்க வாழறாங்க. அது சரியா?''

''கண்டிப்பா சரிதான். சரிக்கும் தவறுக்குமான வித்தியாசம் அதை மதிப்பிடறவனோட மனசுல மட்டும்தான் இருக்கும். உங்க ளுக்குத் தோணுற 'சரி'யானது எனக்கும் சரியாகணும்கறது இல்ல. நீங்க வாழற சமூகத்தோட பழக்கவழக்கங்களுக்கு ஒத்துப் போற ஒரு 'சரி'யைத்தான் நீங்க கணக்குல எடுத்துக்கறீங்க. இல்லேன்னா, உங்க மனமானது இந்த சமூகத்தோட பழக்க வழக்கங்களோடு பிணைச்சிக்கிட்டுத்தான் மத்த விஷயங்கள மதிப்பிடுது. அந்த சட்டதிட்டங்கள உடைச்செறிஞ்சுட்டு இன் னொரு புள்ளியிலேர்ந்து குடும்பம், சமூகத்தின் கட்டுப்பாடுங்க இல்லாம இந்தப் பிரச்னையை மதிப்பிட்டுப் பாருங்க. அப்போ நீங்க சொல்ற இந்தக் குற்றவுணர்வுகளுக்கும் பாதுகாப்பில்லா மைக்குமான பிரச்னையே எழாது.''

''படு பயங்கரம்... இந்த எண்ணத்த வேற எந்த வார்த்தையால நான் பிரதிபலிக்கறது.''

''அவிநாஷ், இது பயங்கரம்தான். அதுவும் உங்களப் பொருத்த மட்டும். ஆனா, அதுவே எங்களுக்கு இருபத்தியஞ்சு வருஷத்துல ஒரு சாதாரண நடைமுறையா மாறிட்டுது. சரி, நாம பேசத் தொடங்கியது வேற என்னவோவாச்சே. ஆமா, ஆடைங் களிடமிருந்து விடுபடும்போது அனுபவப்படற மனச்சங்கடம். அது எனக்கும் அனுபவப்பட்டது. முப்பது வருஷங்களா பலவகையான ஆடைங்களால போர்த்திக் காப்பாற்றிய உடலை இந்தப் பிரபஞ்சத்துக்குள் அம்மணமா திறந்து விடறதுங்கறது ரொம்பக் கஷ்டமாகத்தான் இருந்தது. அதுமட்டுமல்ல, பரஸ்பரம் பார்த்துக்கக்கூட முதல்ல சங்கடமாகத்தான் இருந்தது. ஆரம்பத்துல எல்லாம் நாங்க ஒருத்தரோட ஒருத்தரு கண் களாலதான் பேசிக்கிட்டோம். முகத்துக்குக் கீழே எங்க பார்வை நழுவாமலிருக்க ரொம்பவே முயற்சி செய்தோம். படிச்சவங் களாவும், நல்ல அந்தஸ்துள்ளவங்களாவும், சமூகத்துல மரியாதையுள்ளவங்களாவும் நாங்க இருந்தவங்களாச்சே! ஆனா, எல்லாம் எத்தனை நாளைக்கு அப்படி இருக்க முடியும்? ஒரேயொரு நாள்கூட எங்களால அந்த கவுரவங்களப் புடிச்சி நிறுத்த முடியல. சில மணி நேரத்திலேயே எங்க முகமூடிங்க டார்டாரா கிழிஞ்சுட்டுது. காட்டுமிராண்டித்தனமும் மிருகத் தனமும் அடிப்படை குணங்களாகக் கொண்டிருந்த மனிதனோட மனத்தின் அடித்தட்டுலேர்ந்து அவை மேலெழும்பி வந்தன. ஆனா, அப்போகூட பூர்வ வாழ்க்கையின் நேசத்தைத்தான் முன்னிலைப்படுத்த முயற்சி செய்தோம். எனக்கு ஸ்வேதா தாஸ் குப்தாவைத்தான் ரொம்பவும் பிடிச்சிருந்தது.''

7

ஆராய்ச்சியின் கருப்பொருள்

இன்று மாலினி இன்னும் கொஞ்சம் முகத்தெளிவுற்றாள். நாங்கள் கூட்டமில்லாத கடற்கரையில் கடலிலிருந்து கொஞ்சம் தூரத்தில் மணலில் அமர்ந்தோம். மூவரும் சேர்ந்து அமர்ந்து முதன்முதலாகப் பேசினோம். சந்தோஷ் ஷேவ் செய்து குளித்து முடித்திருந்தான். மிகவும் மெலிந்திருந்தாலும் அவன் கன்னங்களில் ஒரு துடிப்பு மிகுந்திருந்தது. இளம் மஞ்சள் நிறத்தில் ஒரு கதர் சேலையை மாலினி உடுத்தியிருந்தாள். முதலில் அவள்தான் பேசத் தொடங்கினாள்:

''இந்த ஆராய்ச்சியோட முழு விவரங்களையும் தொகுத்து ஒரு புத்தகம் எழுதணும்னு பேராசிரியர் என்கிட்டே சொல்லியிருந்தார். ஆனால், என்னாலதான் அது முடியுமான்னு தோணல. ஒருவேளை உங்களால முடியலாம் அவிநாஷ். மத்த ஆராய்ச்சிங்கள்ல உள்ளதுபோல எங்களால விவர வடிவங்களப் பாதுகாக்க முடியல. புதுத் தலைமுறையைச் சேர்ந்தவங்க எல்லா புரிதல்களையும் வெகுவேகமாக தாமே தேடிக் கொள்வாங்கன்னும், அவங்க நம்மளவிட மேன்மையான வகையில எல்லாத்தயும் பகுத்துணர்ந்துக்குவாங்கன்னும் பேராசிரியர் எதிர்பார்ப்போட இருந்தார். ஆனா, அப்படியொன்னும் நடக்கல. இப்போ எங்களாலகூட நாங்க பாத்து அனுபவிச்ச வாழ்க்கையைப் பத்தி உங்களிடம் சொல்லத்தான் முடியும். நானும் முன்பே ஆராய்ச்சி செஞ்சவதான். அதனோட வகைகளும் நியதிகளும்கூட எனக்குத் தெரியும்தான். ஆனா, இனிமே அதுவொன்னையும் என்னால திருப்பிச் செய்ய முடியாது. என்னோட அறிவுபூராவும் உறைஞ்சுட்டதுபோல இருக்கு. ஆனாலும், இதையெல்லாம் உங்களிடம் சொல்றதுக்காகத்தான் நான் இன்னும் வாழ்ந்துகிட்டிருக்கேன்.''

''அவிநாஷ், நானும் அதையேதான் சொல்ல வர்றேன். நானும் ஒரு விஞ்ஞானியாத்தான் இருந்தேன். டி.ஐ.எஃப்.ஆரில் இயற்பியல் விஞ்ஞானி. ஆனா, என்னோட அப்படிப்பட்ட திறமைங்கள இப்போ நான் சுத்தமா இழந்துட்டிருக்கேன். இப்போ எங்களால நடந்ததையெல்லாம் நினைச்சி நினைச்சி உங்களிடம் சொல்லத்தான் முடியும்...''

''சரி... நீங்களெல்லாம் மனம் திறந்து சொல்லுங்க... நான் கேட்டுக்கிட்டு உக்கார்ந்திருக்கேன். மறைவு தொறவு இல்லாம எல்லா உண்மைங்களயும் முழுவதுமா நான் தெரிஞ்சுக்கணும். இவையெல்லாம் வெறுமனே ஒரு புத்தகம் எழுதறதுக்காக மட்டுமல்ல; மனித வம்சத்தோட சில அடிப்படை குணங்களப் பத்தி தெரிஞ்சிக்கறதுக்காகத்தான். அவற்றை மாத்தறதுக்கு நீங்க மேற்கொண்ட முயற்சியோட பலனை அறிஞ்சிக்கறதுக்காகத் தான்.''

''இந்தக் கட்டுப்பாடுங்கள்ல இருந்து பின்னோக்கிப் போகத் தானே நாங்க முயற்சித்தோம், அதாவது ஒண்ணுமில்லாமைக்கு. ஆனா எங்களோட மனசதான் எங்களால ஒருபோதும் சூனிய மாக்க முடியல. நாங்க ஆதிக்கே போய்விட்டதா நடிச்சிக்கிட்டு இருந்துட்டோம். நாங்களே இயக்கிய நாடகத்துல நாங்களே கதாபாத்திரங்களானோம். எங்க மனசுல எல்லா புரிதலுங்களுமே நிறைஞ்சிருந்தது. அதுக்கும் மேலே, நாங்க ஒரு ஆராய்ச்சியில பங்கெடுத்துக்கிட்டிருக்கிறோம்கற உணர்வும்கூட எங்கள ஒரு பிரத்யேக மனநிலைக்குத் தள்ளிட்டுது. அப்புறம் மாலினியப் போன்றவங்க ஆராய்ச்சிப் பலனப்பத்தி சிந்திக்காம இந்த ஆராய்ச்சியையே ஒரு அனுபவமாக மாற்றிக் கொண்ட சிலருக்கும் மனசோட உறுதி குறைஞ்சுட்டுது.''

''இல்ல இல்ல. நான் அனுபவிச்சிக்கிட்டிருந்த டென்ஷனப் பத்தி உங்களுக்குத் தெரியாது. என்னோட பைத்தியக்காரத்தனமான ஆவேசத்துக்குள்ளே மறைச்சு வைச்ச சில ஆழமான ஆசைங் களும் இருந்தன. மனித வாழ்க்கையிலுள்ள காட்டுத்தனமான யதார்த்தங்களத் தெரிஞ்சுக்கணும்கற வேகம், எதுவொன்றிலும் உறுதியா நிக்காம பறந்து திரிந்து செயல்படணும்கற ஆர்வம், இந்தச் சமூகம் சொல்லுற எந்தவொரு கட்டுப்பாட்டையும் அவமதிக்கணும்கற மனத்தின் குழப்பம் என பலதும் இருந்தன. ஒருவன் எப்படி வாழணும்னு தீர்மானிக்கறது மத்தவங்களா இருக்கக் கூடாதுங்கறதுல சின்னப் புள்ளையிலேர்ந்தே ஒரு

நிர்ப்பந்தம் எனக்கு இருந்துகிட்டிருந்தது. நம்ம உலகத்த நாமே படைச்சிக்கிட்டதா இருக்கணும். ஆனா, எல்லாத்தையும் உதறிட்டு சூனியத்துக்குள்ளே திரும்பியபோதுதான் என்னவென்று சொல்ல முடியாத ஒரு வெற்றிடம் எனக்குள்ளே அனுபவப்பட்டது. அதுவும் என்னோட தனித்துவத்திலேர்ந்து எல்லாமும் வடிஞ் சுட்டதுபோல, உள்ளுக்குள்ளே வெறுமையான ஒரு நிலை. ஒரு தனி மனிதனைப் பத்தி சமூகத்துக்கு ஏற்படுற புரிதல்தான் அந்தத் தனிமனிதனோட சமுதாய நம்பிக்கையாகும். குடும்பம், கல்வி, வேலை, நண்பருங்க, குணநலன்னு இவற்றோடு உறவு பூண்டு சமூகம் தனிமனிதனோட ஒரு தோரணையை உருவாக்குது. அந்தத் தனிமனிதனைப் பத்திக் குறிப்பிடும்போது மத்தவங்க இந்தத் தோரணை மூலமாகத்தான் அவனப் புரிஞ்சுக்கிறாங்க. ஒவ் வொருத்தனும் தான் வாழ்ந்த காலத்தால் உருவம் கொண்ட தோரணையாலதான் சமூகத்தில நிலைச்சு நிக்க முடியறது. நாங்க அந்த தோரணைகளத்தான் உடைத்தெறிஞ்சிருக்கிறோம். அதுக்குப் பின்னால பேராசிரியருன்னோ, மாணவன்னோ, பத்திரிகையாளன்னோ, இலக்கியவாதின்னோ யாரும் இல்ல. வங்காளிக்கும் மராத்திக்குமான வேறுபாடில்ல. எங்கள அடை யாளம் காட்டறப் பேருங்களக் கூட நாங்க உதறிட்டிருந்தோம்.''

''அவிநாஷ், இந்த இமேஜுங்களோடு சம்பந்தப்பட்ட மதிப் பிடலுங்களையெல்லாம் பல சமயங்கள்ல யதார்த்தங்களிலேர்ந் தும் விலகிப் போறதுண்டு. ஆனா, நாம உண்மைன்னு நம்பிக் கிட்டு இருக்கறதுகூட நம்ம மனசுல பரம்பரை குணமா உருவம் கொண்டுள்ள இமேஜுங்களச் சார்ந்து தான் இருக்கிறது. அதெயெல்லாம் உடைத்தெறியும்போது ஏற்படுற சூனியத் தன்மைதான் அண்டவெளியிலுள்ள எடையில்லாமை என்னும் நிலைக்குச் சமானமாகிறது. ஒரு மனிதன் மேல பூமி பிரயோகிக் கும் ஈர்ப்புத் தன்மையப் போலத்தான் சமூகம் சமுதாயம் ஆசாரங்களுடையதான பளுவை பிரயோகப்படுத்தறதும். அதை உடைக்கும்போது பிரபஞ்சத்தோட உன்னதமான சுதந்தரத்துக் குள்ளே தூக்கி எறியப்படற நிலைதான் நமக்கும். நாம உண்மை யோடு ரொம்பவும் அதிகமா நெருங்கறதும் அப்போதான்.''

''சந்தோஷ், நீங்க சொல்ற உன்னதமான சுதந்தரத்திலேயே ஒரு பெரிய சுதந்தரமில்லாமையோட வலை வீசப்பட்டு இருக்கு தில்லையா! நீங்க ரொம்பவும் விரும்பியிருந்த மொழி, நீங்க படிச்சும் கற்றும் ஆராய்ச்சி செஞ்சும் பெற்ற அபாரமான அறிவு ஆகியவற்றையெல்லாம் பயன்படுத்தக்கூடிய சுதந்தரத்தையே

அல்லவா நீங்க தானாவே இழந்துட்டிருக்கீங்க? உண்மையிலேயே நீங்க அடைஞ்சுட்டீங்கன்னு கருதறதவிட ரொம்ப அதிகமாகவே இழந்துட்டிருக்கீங்க. அதுமட்டுமல்ல, கடைசியா நீங்க அடைஞ் சிருந்த நிலையையும் நான் நேரிலேயே கண்டிருக்கேன். அத நீங்க மேன்மையான மாத்தம்னு உங்களால குறிப்பிட முடியுமா?''

''அது மேன்மையான நல்ல மாத்தம்தான். நேரிடையா அனுப விச்ச எங்களுக்குத்தான் அது தெரியும். ஆனா, சில வெறுமை யான யதார்த்தங்களுக்கு முன்னால அடிபணிய வேண்டிய தாயிட்டுது என்கிறது மட்டும்தான் உண்மை.''

''அது என்ன விவகாரம்? எங்கே தவறிப் போனீங்க?''

''தவறு நேர்ந்துட்டுதுன்னு நான் இன்னிக்கும் நம்பல. சில தவிர்க்க முடியாத சம்பவங்கள்னுதான் சொல்லணும். வரலாற் றோட மறுபடைப்புல அப்படியெல்லாம் நேர்ந்தே தீரும். நோய்ங்க, இயற்கையோட எதிர்பாராத மாற்றங்க, மிருகத்தன மான கலவரங்களத் தொடர்ந்து உண்டான அழிவு, சமூகம் ஒரு வகையிலேர்ந்து மற்றொரு வகைக்குள்ளே மார்றபோது உண்டாவற மானஸீகமான சோர்வுன்னு இவையெல்லாத்தையும் எங்களால முன்கூட்டியே தெரிஞ்சுக்கக் கூடியதா இருந்தது.''

''ஆனா, எதிர்பார்த்த லட்சியங்களில்ல'' என்று இடை புகுந்தாள் மாலினி.

''பேராசிரியர் மட்டும் இவையெல்லாம் முன்கூட்டியே தெரிஞ் சிருந்தார். அதனால, அந்த யதார்த்தங்களிலேர்ந்து பின்வாங்காம எல்லாம் இயல்பாவே நேரணும்கறதுதான் அவரோட நிர்ப் பந்தமா இருந்தது. ஒரு தனிப்பட்ட ஆராய்ச்சி சாலையில பிரத்யேகமான சூழ்நிலைகள உருவாக்கி ஒரு முடிவுக்கு வர்ற காரியமில்லையே இது.''

''ஆனா, மத்த உயிரினங்களிலே இல்லாத நட்புங்கற பகுதியும் நல்லவைங்கற பகுதியும் கொஞ்சம் வித்தியாசமாவே மனுஷங்க கிட்டே இருக்குன்னு கருதப்படுது. இத நீங்க கண்டுபுடிக்கிறதில தோல்வியடைஞ்சிட்டீங்கன்னுல்லே தோணுது?''

''இல்ல இல்ல. நாங்க தோல்வியடையல. சமூகத்துக்கு முன் னால வெளிப்படுத்தற கபடமான நடிப்புங்கள்ல மூழ்கிய தாலேயே அப்படிப்பட்ட குணங்கள் எதுவும் மனுஷனில

இல்லைங்கறதுதான் உண்மை. சுயநலத்திலும் சுகத்திலுமான ஒரு மனப்பூர்வ கட்டுக்கோப்புதான் மனுஷன்கிற மிருகத்தோடது. ஆனா, இவையெல்லாம் அழகா மறைச்சு வச்சுட்டு கௌரவ முள்ளவனாகவும் நேசமுடையவனாகவும் நடிப்பதற்கான அவனோட திறமை இருக்கே அது அபாரமானதுதான். முற்றிலும் கபடத்தன்மையில மூழ்கியுள்ள மனிதன நல்லவனா மாத்தறதுக் காக வியாசனிலேர்ந்து மார்க்ஸ் வரையிலான பெரியவங்க முயன்ற முயற்சிகளெல்லாம் தோல்வியடையறதுக்கும் இது தான் காரணம். மனுஷன் மனசுல உள்ள கெட்ட விஷயங் களையும் சுயநலத்தையும் புரிஞ்சுக்காம, வளமையான சமூகநீதி கிடைத்தால், அதற்குச் சமத்துவமான ஒரு நல்ல சமூகம் செயல்பாட்டுக்கு வரும்னு தவறாகப் புரிஞ்சிக்கிட்டதுதான் எல்லா தத்துவ அறிவியல்களுடையதுமான குறை. அதை அப்படியே புரிஞ்சுக்க எங்களால முடிஞ்சுது.''

சூரியன் மறைந்துவிட்டது. ஊர்மிளா எழுந்து விட்டிருப்பாளோ? நாங்கள் மெதுவாகத் திரும்பி நடந்தோம். சந்தோஷும் மாலினி யும் மற்ற மனிதர்களைப் பார்க்கும்போது திகைப்பதுபோல் தோன்றியது. இனிமேல் இவர்களால் இங்கு எப்படி வாழ முடியும். ஊர்மிளாவால் பயணம் செய்ய முடியுமானால் மூவரை யும் அழைத்துக் கொண்டு தில்லிக்குச் செல்லலாம். அங்கே பேராசிரியர் பானர்ஜி உள்ளார்ந்த உத்வேகத்தோடு இவர்களை எதிர்நோக்கிக் காத்திருக்கிறாரே! அவர் என்னிடம் கூறியதற்கும் அதிகமாக இந்த விளையாட்டில் வேறு ஏதாவது உண்டா என்பது யாருக்குத் தெரியும்!

''சந்தோஷ், தீவுல உள்ள விஷமுடைய பல்லிங்களப் பத்தியும், பெரிய சிலந்திங்களப் பத்தியும் சொன்னீங்கல்லே? நீங்கௌெல் லாம் எப்படி அதுங்களுக்கிடையே இவ்வளவு காலமும் வாழ்ந்தீங்க? காட்டுச் செடிகொடிங்களிலேர்ந்து அதுக்கு மாத்தா மருந்துங்க ஏதாச்சும் உங்களால கண்டுபுடிக்க முடிஞ்சுதா?''

''புதுசா மருந்துங்க எதுவும் கண்டுபுடிச்சோம்னு சொல்ல முடி யாது. ஆனா, சில பச்சிலைங்களப் பறிச்சு புழிஞ்சி சாறெடுத்து காயங்கள்ல தடவும்போது அவை சீக்கிரமா உணரத் தொடங் கிடும். சில காட்டுப் பழங்கள தின்னும்போதுகூட, என்னான்னு சொல்லத் தெரியாத ஒருவகையான போதை உண்டாகியிருந்தது. ஆனா, அந்தப் போதையோட முடிவுல சகிக்க முடியாத ஒருவித தளர்ச்சியும், மூட்டுக்களிலே பயங்கரமான வலியும் உண்டாகும்.

அங்கு நெருப்பு இல்லாததால உணவெல்லாம்கூட பச்சை யாகவேதான் சாப்பிட்டுக்கிட்டு இருந்தோம். மீன்களக்கூட பச்சையாவேதான் கடிச்சித் தின்னோம். ஆனா, பல்லி விஷத் துக்குத்தான் ஒரு மருந்து கண்டுபுடிக்க முடியல. பல்லிக் கடிச்ச காயத்துல அட்டைங்கள கடிக்க வைச்சுதான் விஷத்த எடுத்து உயிரு பிழைச்சிருக்கோம். அந்தத் தீவுல அட்டைங்களும்கூட சின்னதும் பெரிசுமா ஏராளமாவே இருந்தன.''

''தீவுக்குப் போன பின்னாலதான் நான் அட்டைங்களையே கிட்டத்துல பார்க்க முடிஞ்சுது. வெறுப்பை உண்டாக்குற விகார மான ஜீவனுங்க. நமக்குத் தெரியாமலேயே எவ்வளவோ சாமர்த்தியமால்ல அதுங்க நம்ம உடம்புல மெல்ல ஏறுது! கடைசில அதுங்க கடிச்சி முடிச்சப் பின்னாலதானே நம்மால தெரிஞ்சுக்க முடியுது. கணுக்கால்ல கடிக்கிற அட்டைங்க தங்களோட புடிய விடற வரைக்கும் காத்துக்கிட்டும், வேதனை யால நொடிச்சி முறுக்கிக்கிட்டும் உக்கார்ந்து இருக்கும்போது ஏற்படற மனவேதனை இருக்கே! அப்பப்பா! அப்பவே செத்துட்டா போதும்னுதான் எனக்குத் தோணுச்சு. அந்த மாதிரி நேரத்துலதான் ராஜேஷ் இந்த அட்டைங்களால ஒரு உபயோகம் இருக்குன்னு கண்டுபுடிச்சான். ஒரு சமயம் மெர்லின் பல்லி கடிச்சி உணர்வில்லாம கிடந்தப்போ ராஜேஷ் ஒரு சின்ன அட்டையைக் கொண்டாந்தான். பல்லிக் கடிச்ச கடிவாயில இந்த அட்டையவிட்டு கடிக்க வச்சான். கொஞ்சம் நேரம் நாங்க காத்திருந்தோம். பத்து நிமிஷத்துல அந்த அட்டை விஷ ரத்தத்த உறிஞ்சுட்டு கீழே விழுந்துட்டுது. மெர்லினும் சுய நினைவு பெற்று எழுந்துட்டா. அப்போது ராஜேஷ் அவளை அப்படியே கட்டிப்புடிச்சி 'ஓ'ன்னு அழுதுட்டான். நான் முன்னாடியே சொன்னேனில்ல... ஆராய்ச்சிக்குன்னு என்னென்ன நியதிங்க இருந்தாலும், தீவுக்குள்ளே வர்றதுக்கு முன்னால எங்களுக்கு இருந்த விருப்பு வெறுப்புகளுக்கு ஏற்ற மாதிரி அங்குள்ள வாழ்க்கையில தெளிவான செல்வாக்கும் இருந்தது.''

''கடைசியா அவங்க ரெண்டு பேருக்கும் என்ன நேர்ந்தது.''

''அவங்க ரெண்டு பேரும் செத்துட்டாங்க. அவங்க மட்டுமல்ல, எங்க மூணுபேருங்களத் தவிர மத்த பத்து பேருங்களும் பரி சோதனையின்போது பல்வேறு காலகட்டங்கள்ல பலமுறை கள்ல செத்துட்டாங்க. எல்லோரும் இயற்கையா செத்துட்டாங் கன்னு சொல்றதும் சரியில்ல. சில பேரு கொல்லப்பட்டாங்க.

சிலர் தற்கொலை செஞ்சுக்கிட்டாங்க. சிலர் விபத்துங்கள்ல மாட்டிக்கிட்டாங்க. எங்க பேராசிரியர் ஒருத்தர் மட்டும்தான் சாதாரணமா மலேரியாவுல செத்தார்.''

''சந்தோஷ் சொன்னது மாதிரியும் சொல்ல முடியாது. மரணமே சிலரைத் தேடி வந்தது. மத்த சில பேருங்க அதைத் தேடியும் போனாங்க. தான் எதிர்பார்த்தது அழிஞ்சுட்டதால மரணத்தைத் தேடிப் போனான் ராஜேஷ். அவன் எதுவொன்னிலும் எப்போதும் திருப்தியடையாத குணமுள்ளவன். நாங்க தீவுக்குப் போன இருபதாவது வருஷத்துல, ஆராய்ச்சியில கிடைச்ச எல்லா பொருள்களிலும் தூக்க முடிஞ்ச மட்டும் தூக்கிக்கிட்டு கடல்ல இறங்கி கண்காணாத இடத்த நோக்கி நீந்தத் தொடங்கிட்டான், போனவன் போனவன்தான். திரும்பி வரல, அதனால செத்துட்டான்னுதான் எங்களோட நம்பிக்கை. எழுநூறு கிலோ மீட்டர் சுத்தளவுக்கு எந்தவொரு கரையுமில்ல. அதனால அவன் தப்பிச்சிருக்கறதுக்கும் கண்டிப்பா வழியில்ல.''

8

வேள்வி

தீவுக்குப் போன முதல் நாளிலேயே எல்லோருடைய செயலிலும் மாற்றம் காணத் தொடங்கியது. வழக்கத்திலிருந்த சம்பிரதாயம், கௌரவம் என்னும் முகமூடிகளை உதறியதுமே எல்லோருடைய அங்க அசைவுகளிலும் எண்ணவெளிப்பாடுகளிலும் வெளிப்படை யான மாற்றமும் வரத் தொடங்கியது. ஆனாலும், அவர்களால் தங்களுடைய தனித்துவத்தை இழப்பதற்கும், மற்றவர்களின் தனித்தவத்திலிருந்து வேறுபடுத்தி செயல்படவும் முடியவில்லை. பேராசிரியரிடமிருந்த மரியாதை மட்டும், அவரிடமிருந்து எல்லோ ரையும் விலக்கி வைத்தது. அவரிடம் நெருங்குவதற்கே ஒரு தயக்கம். உபலேந்து சாட்டர்ஜி என்னும் மகானாகிய அந்த விஞ்ஞானியை சாதாண மனிதனாகக் காண்பதற்குச் சிரமமாக இருந்தது. இந்த ஆராய்ச்சியைத் தொடங்குவதற்கு முன்பே ஊர்மிளா மட்டும் ஒரு விஷயத்தில் முடிவெடுத்து அதில் உறுதி யாகவும் இருந்தாள். அது, தனக்குப் பிறக்கும் முதல் குழந்தை பேராசிரியருடையதாக இருக்க வேண்டும் என்பதுதான். ஆனால் பேராசிரியரோ, கொஞ்சம் விலகி நின்று மற்றவர்களைக் கூர்மை யாகக் கவனிப்பதில்தான் ஆர்வமாக இருந்தார். இருந்தாலும், ஊர்மிளாதான் இறுதியில் வெற்றிபெற்றாள்.

இளம் சூடுள்ள மாலை நேரத்தில் ஒருநாள் சில காட்டுப் பழங் களுடன் பேராசிரியரின் அருகே வந்தாள் ஊர்மிளா. அப்போது அவளின் முகம் பவ்யமான மாணவியினுடையதாக இருக்க வில்லை. காமத் தீயெறியும் பார்வையும் காதலின் புன்னகையுமாக அவள் பழங்களை ஒவ்வொன்றாக அவருக்கு அளித்தாள். அவள் கண்களில் கட்டுப்படுத்த முடியாத இச்சையின் ஒளி நிறைந் திருந்தது. அவரால் ஒருபோதும் மறுக்க முடியாத, தாமே ஏற் படுத்திய சட்டதிட்டங்களை அனுசரித்து எதிர்க்க முடியாத நிலை.

ஊர்மிளாவின் நிர்வாண உடல் முழுவதும் பேராசிரியரின் கைகள் மெல்ல நழுவி ஊர்ந்தன. முற்றிலும் மனப்பூர்வமான ஒரு செய்கையாகவே அவருக்கும் இருந்தது. அதுவும், தெளிவான நியதிகளும் தாள லயங்களுமுள்ள ஒரு பரதக் கலையைப் போல. அப்புறம் அதுவே பல நாள்களாக நீடித்தது. ஒரு முனிவரின் மந்திர உச்சரிப்பைப் போல் புனிதமான சலனங்களின் மூலமும் இரவின் பல சாமங்களின் மூலமும் நகர்ந்து விடியலில் முடியும் ஒரு வேள்வி அது. யாகத் தீயில் நெய் விழுவதுபோல் பேராசிரியரின் ஜீவத் துளிகள் ஊர்மிளாவினுள் புகுந்தன. வேறு யாருடைய விஷயத் திலும் அது இவ்வளவு மனப்பூர்வமான மகத்துவத்துக்குள் உயர்ந்திருக்கவில்லை.

ஊர்மிளாவைத் தவிர வேறு யாருக்கும் அந்த வேள்வியின் ஆன்மிக இயல்பை முழுமையாக அனுபவிக்க முடிந்ததில்லை. மாலினிக்கு போதையூட்டும் தாளவரிசையும் மெர்லின் ஃபெர்னாண்டஸுக்கு சூறாவளியின் வேகமும் இருந்தன. அவர்களுக்கெல்லாம் பேரா சிரியரின் சேர்க்கையானது இந்துஸ்தானி இசையிலுள்ள ஏதோ புரிந்து கொள்ள முடியாத ஒரு ராக ஆலாபனையைப் போல் சுவையற்றதாகத்தான் அனுபவப்பட்டது. என்றாலும், எல்லோ ருமே ஓர் ஒழுங்குமுறையைப் போல் அவரிடம் வந்துகொண்டு தான் இருந்தார்கள். குகையிலுள்ள சிறிய அறைகளில் ஒன்று பேராசிரியருடையதாக இருந்தது. மற்றவர்கள் யாரும் அங்கே சென்று அவரைத் தொந்தரவு செய்வதில்லை. ஏறக்குறைய இருபது வயது இடைவெளியிலும் சிந்தனையிலுமுள்ள மற்றவர்களுக்கு அதுவொரு வசதியாகவும் இருந்தது.

தீவுக்கு வந்து மூன்றாவது வாரத்தில் ஒரு மாலையில் பேராசிரி யரும் ஊர்மிளாவும் கடற்கரையில் நடந்து கொண்டிருந்தார்கள். முற்றிலும் எதிர்பாராத விதத்தில் ஒரு முரட்டுத் தனமான ஆவேசத்துடன் அவர்களின் அருகில் ஓடிவந்தான் பிரதீப். பேராசிரியரை ஒரு தட்டு தட்டி விலக்கிவிட்டு ஊர்மிளாவின் கையைப் பிடித்து முன்னோக்கி இழுத்தான் அவன். அவள் அவனிடமிருந்து விடுபட திமிறினாலும் பிரதீப்பின் பலத்துக்கு முன்னே தோல்விதான் அடைந்தாள். பேராசிரியரோ, என்ன நேர்ந்தது என்றறியாமல் அப்படியே திகைத்து நின்றுவிட்டார். முதலில் பிரதீப்பை எதிர்ப்பதற்காக முன்னால் தாவிய அவரை ஏதோவொரு சிந்தனை திடீரென தடுத்து நிறுத்தியது. ஆராய்ச்சி யின் அடிப்படை நியதியை அனுசரித்து யாரும் யாருக்கும் சொந்த மில்லையே. திறமையுள்ளவன் திறமை இல்லாதவனை தோற்

கடித்து வெற்றி பெறுகிறான். மற்றவர்களின் விருப்பு வெறுப்பு களை மதிக்க வேண்டுமென்னும் பாத்தியதை எதுவும் யாருக்கு மில்லை. ஆனால் ஊர்மிளாவுக்கு என்று விருப்பு வெறுப்புகள் உண்டல்லவா? அவள் ஆசைக்கு விபரீதமாக தன் பலத்தைப் பிரயோகித்து அவளை அடிபணிய வைப்பதற்கு பிரதீப்புக்கு என்ன உரிமை? அது பிரதீப்புக்கு உள்ளதுபோல் ஊர்மிளாவுக்கும் உரிமையுள்ள உன்னதமான சுதந்தரத்துக்கு எதிர்ப்பானதல்லவா? அப்போது, எல்லோருக்குமே சமூகத்தின் எல்லா கட்டுப்பாடு களிலிருந்தும் சுதந்தரம் என்னும் தன்மையில் இந்த ஆராய்ச்சியின் அடிப்படை தத்துவமேயல்லவா தகர்க்கப்படுகிறது? இதற்குத் தெளிவானதொரு பதிலை கண்டுபிடிக்க முடியாமல் மவுனமாக மணல்மேட்டில் அமர்ந்தார் பேராசிரியர். அவரால் பார்க்க முடிகிற தூரத்தில் ஒரு மரத்துக்குக் கீழே பிரதீப்பின் மிருகத்தனமான பலத்துக்கு முன்னே ஊர்மிளா அடிபணிவதைக் காண முடிந்தது. அவரின் நினைவில் மூன்று ஆண்டுகளுக்கு முன்னால் பென்ஸில் வேனியா பல்கலைக்கழக வளாகத்தில் ஒரு அமெரிக்கப் பெண் சொன்ன வார்த்தைகள் தெளிந்து வந்தன.

''மேன்மையான சுதந்தரம்னு ஒண்ணு தனியா இல்லை சார். நீங்க கருதுவதைப் போல எங்களோட உயர்ந்த வளர்ச்சிக்கு அடிப் படையான காரணம், சமுதாய உணர்வும் செல்வாக்குமுள்ள அபரி மிதமான சுதந்தரம் மட்டுமல்ல. குடும்பம் சமூகம் போன்றவற்றின் கட்டுப்பாடுகளை உடைத்தெறிந்தபோது கிடைத்த வீரியம்தான். அறிவியல்தொழில்நுட்பங்களில் உயரிய வெற்றிகளைப் பெறு வதற்குப் பயன்படுகிறது என்பதும் உண்மையாகிறது. ஆனால், நிலையானதும் மனப்பூர்வமானதுமான வளர்ச்சியையும் குறிக் கோளையும் பற்றி உங்கள் நாட்டிலுள்ளவர்களுக்கும் எங்களுக்கு மிடையேயுள்ள அடிப்படையான சில வேறுபாடுகள் இங்கு மிக முக்கியமானவை என்று தோன்றுகிறது. நிலையான வெற்றிகள் அழியக்கூடியதும் பொருத்தமற்றதும் என்று நம்பி போகத்தைவிட தியாகத்துக்கு மதிப்பளிக்கும் சமூகம்தான் யதார்த்தத்தில் வளர்ச் சிக்குத் தடையாக இருக்கிறது. உன்னதமான சுதந்தரம் இப்படிப் பட்ட சமூகத்தை மிகவும் அலட்சியப்படுத்துவதற்கும் பொறுப்பு இல்லாதவர்களாக ஆக்குவதற்கும்தான் சாத்தியமாகிறது.''

அவள் அன்று சொன்னது சரியாகத்தான் இருக்குமோ? இருக் கலாம். ஆனால் இனி திரும்பிச் செல்லுதல் என்பது சாத்திய மில்லை. எதிர்பார்ப்போடு முன்னோக்கித்தான் செல்ல வேண்டும்.

9

ராஜேஷ் மேனன் என்னும் வரலாற்றாசிரியன்

''பதிமூன்று பேருங்கள்ல ஒவ்வொருத்தரும் வித்தியாசமானவங்களா இருந்திருந்தாலும், அவங்களப் பரஸ்பரம் இணைக்கக்கூடிய சில பிணைச் சங்கிலிங்களும் இருந்தன. ஆராய்ச்சியில பங்கு பெறப் போகிற ஆர்வம், அதுக்காக ஒரு வாழ்வையே தூக்கி எறியறதுக்கான மன உறுதி என பலவும் இருந்தன. என்றாலும், அவங்க ஒவ்வொருத்தரையும் மற்றவங்களிடமிருந்து வித்தியாசப் படுத்தறதுக்கு ஏராளமான துண்டுச் சங்கிலிங்களும் இருந்தன. அவங்கள்ல ரொம்பவும் வித்தியாசமானவன் ராஜேஷ் மேனன் தான். படகுல பயணம் புறப்படறப்பவே நாங்க அதைக் கவனிச்சிருந்தோம். 'எனக்கு இது ஒரு த்ரில் மட்டும்தான். என்னவாகும்னு தெரிஞ்சிக்கிறதுக்கான ஆர்வம். அவ்வளவுதான் என்கிட்டே உள்ளது' என்று அவன் ஒருமுறை என்கிட்டே சொல்லியிருந்தான். அவன் ஒரு சரியான சாகஸக்காரன். வாழ்க்கைப் பூராவும் எதிர் பாராத விதமா எதையாச்சும் எதிர்பார்த்து முன்னோக்கி போறவன், உண்மையிலேயே அவன எனக்குப் புடிச்சுதான் இருந்தது'' என்று கூறிய மாலினி நிறுத்தினாள்.

மேலும் ஒரு புது கதாபாத்திரம் நுழையத் தொடங்கியது. முப்பத்தியோரு வயதான ராஜேஷ்மேனன் என்னும் வரலாற்றாசிரியன்தான் அக்கதாபாத்திரம். வாழ்க்கைக் குறிப்புகளிலிருந்து கிடைத்த தகவல் மூலம் ஏறக்குறைய ஓர் ஓவியத்தை நான் நினைவுபடுத்திக் கொண்டேன். மத்திய கேரளத்தில் ஒரு மேற்குடி குடும்பத்தில் பிறந்த ராஜேஷ், தில்லி பல்கலைக்கழகத்தில் வரலாற்று பேராசிரியனாகப் பணியாற்றினான். சொந்த ஊரில் குடைக்கல்களையும்* முதுமக்கள் தாழிகளையும் பற்றி

(*குடைக்கல் - கற்காலத்தில் மறைந்தவர்களைப் புதைக்கும் இடத்தில் நடப்படும் குடையைப் போன்ற கல்.)

ஆராய்ந்து முனைவர் பட்டம் பெற்ற ராஜேஷ் திருமண மாகாதவன். திடீரென நெருங்கி நட்பு பாராட்டவும், அதைவிட விரைவில் விலகவும் கூடிய குணமுள்ளவன். கல்லூரியிலேயே திறமையான சதுரங்க ஆட்டக்காரன். இளம் பழுப்பு நிற பிரேமுடைய கண்ணாடி, உதட்டில் எப்போதும் புகையும் சிகரெட், படியாத தலைமுடி. அவனுக்கு, பாடம் நடத்துவதில் மட்டும் முற்றிலும் ஆர்வம் இல்லை. வரலாற்றின் சலிப்பூட்டும் தாள்களிலிருந்து விடுபட்டு சுதந்தரத்தின் ஆகாயவெளியை நோக்கிப் பறந்து செல்ல ஆவல் கொண்ட ஒரு வண்ணத்துப் பூச்சி அவன். ஜான் ரொஸாரியோ என்னும் பிரேஸில்காரனுடன் கஞ்சன்ஜங்கா மலையில் பாதிதூரம் ஏறிவிட்டு திரும்பி வந்தவன். மத்திய பிரதேசத்திலுள்ள கோண்டுங்களைப் பற்றி ஆராய்ச்சி செய்யப் போனவன், அங்கே ஒரு மாதம் நக்ஸலைட்டுகளின் கைதியாக ஆகிவிட்ட தடாலடிப் பேர்வழி. அவனுக்கு எல்லாமே புதிதாகவும் சுவையானதுமான தேடல்களாகவே இருந்தன. அப்படிப்பட்ட ஒரு தேடலில்தான் ராஜேஷ் மெர்லின் ஃபெர்னாண்டஸுடன் அறிமுகமானான் - ஒரிஸாவிலுள்ள கோராபுட்டில். ஆய்வை முன்னிட்டு ஒரு பயணமாக ராஜேஷ் அங்கே வந்தபோது மெர்லின் அங்கே சப்-கலெக்டராக இருந் தாள். அறிமுகமான தினம் முதல் மெர்லினுடன் ராஜேஷுக்கு ஒரு நெருக்கம் தோன்றியது. அவன் ஆட்சி யந்திரத்தின் மூலம் இழுத்துக் கட்டிய கயிற்றைப் பிடித்துக் கொண்டுதான் மெர்லின் கோராபுட்டிலிருந்து தில்லிக்கு வந்து சேர்ந்தாள். அதன்பின் அவர்கள் பிரிந்ததே இல்லை. ஆனால், மெர்லினின் தந்தை ஃபெர்னாண்டஸுக்கு மட்டும் அவர்களின் நெருக்கம் சிறிதும் பிடிக்கவில்லை. தம் வாழ்விலும் செயலிலும் வெள்ளைக்கார துரையின் பழக்கவழக்கங்களைக் கொண்டிருந்த ஓய்வுபெற்ற அந்த கர்னலின் துப்பாக்கி தன்னைத்தான் குறி பார்க்கிறது என்பதை அறிந்ததும் ராஜேஷ் மெர்லினையும் அழைத்துக் கொண்டு பேராசிரியரின் குழுவில் சேர்ந்துவிட்டான்.

''ஆரம்பத்துல கொஞ்ச காலம் வரைக்கும் அவங்க ரெண்டு பேரும் மத்தவங்க யாரோடும் தொடர்பில்லாதவங்களப் போலத் தான் ஆல்ஃபாவுல கழிச்சாங்க. ஹனிமூன் கொண்டாட வந்த புதுமணத் தம்பதிங்களப் போல சுற்றுமுற்றும் என்ன நடக்கற துன்னே அறியாம அவங்க வாழ்ந்தாங்க. பரஸ்பரம் அவங் களுக்குள்ளவாவது பேசிக் கொண்டாங்களாங்கறதுகூட சந் தேகம்தான். ஒருவேள இந்த சமூகத்திலேர்ந்து சாமர்த்தியமா ஒரு

கண்ணாமூச்சி விளையாட்டாகக்கூட அவங்க இந்த ஆராய்ச்சிய நினைச்சிருக்கலாம்.''

''அப்படிப்பட்ட ரெண்டு பேருங்கள இந்தக் குழுவுல பேராசிரியரு எப்படிச் சேர்த்துக்கிட்டாரு? விலாவாரியான விவாதங்களுக்கும் மதிப்பிடலுங்களுக்கும் பின்னாலதானே இந்தக் குழுவுக்கு அவரு ஆளுங்களத் தேர்ந்தெடுத்தாரு?''

''உண்மைதான். ஆனா, ஆராய்ச்சியோட அர்த்தத்த அறிஞ்ச ஒருத்தனுக்கு தங்களோட ரகசிய குறிக்கோளுங்கள சாமர்த்தியமா மறைச்சுக்கிட்டு கண்டிப்பா விவாதங்கள்ல பங்குகொள்ள முடியும். இவங்களும் அப்படித்தான் செஞ்சிருக்கணும். மாலினி, உனக்கு நினைவிருக்கா? ஆரம்பத்துல கொஞ்ச நாளு வரைக்கும் மெர்லின யாராச்சும் கவனிக்கறதகூட ராஜேஷ் விரும்பல. கடைசியில நீதானே மாலினி அத உடைச்செறிஞ்சே!''

''எல்லாமே பைத்தியக்காரத்தனமாத்தான் இருந்தது. தீவுக்கு வந்து ஒரு மாசமாகியும் இவங்க மட்டும் இவை எதிலும் தொடர்பு இல்லாததுபோலதான்... என்னால அதப் பொறுத்துக்க முடியல. ஒருநாள் நான்தான் ராஜேஷை குகைக்குள்ளே பலவந்தமா தள்ளிக்கிட்டு போனேன். அவன் அதுவரைக்கும் குகைக்குள்ளேயே நுழைஞ்சதில்ல. ராஜேஷுக்கு இருட்டுன்னாலே பயம். வெளிச்சத்து மேல உள்ள, அளவற்ற மோகத்தால, கருத்த ராத்திரிகள்ல நட்சத்திரங்களிலேர்ந்து விழற ஒளிக்காக ராஜேஷ் மணல் திட்டுங்களிலேயே மல்லாந்து படுத்துக்கறதுண்டு.''

இறுதியில் தீவின் சட்டதிட்டங்களை அனுசரித்து அவனும் மெல்ல மாறினான். அங்கிருந்த புதிர்களும் அவனை மாற்றின. ஆரம்பத்திலெல்லாம் மெர்லினிடமும் பயங்கர எதிர்ப்புத்தன்மைதான் இருந்தது. மற்றவர்களுடன் நெருங்குவதற்கு அவளுக்குத் தயக்கம். அவள் தந்தை அவளின் சிறிய வயதில் அவளுடைய மனத்தில் நிறைத்திருந்த தீக்கனல்களும், வேத புத்தகங்கள் புகுத்திய தெய்வப் பயங்களும்தான் முழுமையாக இருந்தன. அதனால், குழுவிலேயே மிகவும் அழகாகவும் பருமனாகவுமுள்ள மார்பகத்துக்குச் சொந்தக்காரியான மெர்லினுக்குத் தன் நண்பர்களுடன் இணைந்து சுகத்தைப் பங்கிட்டுக் கொள்வதில் பாவம் இல்லையென்று அறியவே சில தினங்கள் தேவைப்பட்டன. பேராசிரியரும் ஹரியும் சேர்ந்துதான் மெல்ல மெல்ல பயத்தைத் தெளிய வைத்து அன்பின் போதைக்குள் மெர்லினைக் கொண்டு வந்தார்கள். இவ்வளவுக்கும்

பிறகுதான், விளையாட்டு நியதிகளை மௌனமாக அனுசரிக்கும் ஒரு பொம்மையானாள் அவள்.

''தன்னோட கண்ணாடிய உதர்றதுதான் ராஜேஷுக்கு ரொம்பவும் கஷ்டமாக இருந்தது. அதனால அவன் கண்ணுங்களுக்கு ஒரு சிறிய இடைஞ்சலே உண்டாயிட்டுது. சில சமயம் ரெண்டு கண்ணுங் களோட தனித்தன்மையையே இழந்துட்டான். ஒரே சமயத்துல ஒரு பொருளு ரெண்டு பொருளுங்களா அவனுக்குத் தெரியத் தொடங் கின - ஒண்ணு யதார்த்தமாவும் இன்னொண்ணு பொய்யான பிரதிபிம்பமாவும். பல சமயங்களிலும் ஒரு செயலானது பொய் யான பிரதிபிம்பங்களையே ஆதாரமாக்கிக் கொள்றபோது பழத்துக்குப் பதிலா தோலைத் தின்னவும், உதட்டுக்குப் பதிலா மூக்குல முத்தமிடவும் வேண்டியதிருக்கும். படகிலேர்ந்து கடல்ல இறங்கும்போது ரொம்பவும் உணர்ச்சிபூர்வமான வேதனையோட தான் ராஜேஷ் தன்னோட கண்ணாடிய கழட்டி எறிஞ்சான்.''

''அப்படின்னா, ஒண்ணுங்கறதயெல்லாம் ரெண்டுன்னு கண்டு கிட்டுதான் இருபது வருஷமும் அவன் வாழ்ந்தானா?''

''இருக்கலாம். அப்புறம் எப்போதாச்சும் அவனோட அந்தக் குறைபாடு மாறியதாங்கறதுகூட எங்களுக்குத் தெரியாது. ஆனா, சைகை மொழியால பேசறபோதெல்லாம் ராஜேஷுக்கு ஒரு தடுமாற்றம் ஏற்பட்டுக்கிட்டு இருந்தது.''

''ஒரு விஷயத்த மட்டும் கேக்க மறந்துட்டேன். நீங்க கண்டு புடிச்சீங்கன்னு சொன்ன சைகை மொழி வழியா விலாவாரியான விவாதம் நடந்ததுண்டா? இல்லே, தேவையான எண்ணப் பரிமாற்றம் மட்டும்தானா?''

''அந்த மொழி நீண்ட உரையாடலுக்கு உகந்ததா இருக்கல. அதனால, தேவையான எண்ணப் பரிமாற்றம் மட்டுமேதான் நடந்துக்கிட்டு இருந்தது. நீண்ட விவாதம் வேணும்னா அது அர்த்தப்பூர்வமான மௌனத்தின் மூலமாகத்தான் இருந்தன. கண்ணுங்களாலேயே எண்ணப் பரிமாற்றம் நடத்துற வித்தையப் பத்தி நான் முன்னமேயே சொன்னேன்ல... அப்படித்தான்.''

''என்னவோ, அது நடக்காதது மாதிரிதான் எனக்குத் தோணுது. கண்ணுங்களால ஒரு விவாதமா? தீவிரமான உணர்ச்சியோட மொழியத் தவிர கண்ணுங்களால மத்த எதத்தான் பகுத்துப் பார்க்கத் தெரியும். இல்ல, உங்க விவாதங்களெல்லாம் அப்படிப்பட்ட

உணர்ச்சி வெளிப்பாடுகளிலேர்ந்து கொஞ்சம் ஒதுங்கி நின்னுருந் திருக்குமோ?''

''ஆமாம். நாங்க உணர்ச்சிகரமான ஒரு வாழ்க்கையைத்தான் வாழ்ந்துகிட்டு இருந்தோம். இந்த ஸ்தூலமான உலகத்துல உள்ள வீணான தர்க்கங்கள்லேர்ந்தும் கடுமையான பிரச்னைகள்லேர்ந்தும் விலகி அமைதியான வாழ்க்கையா அது இருந்தது. ஆல்ஃபாவுல தத்துவபூர்வமான அபிப்பிராய தர்க்கங்களுக்கு யாதொரு இடமும் இல்லாமத்தான் இருந்தது. ஆனா, மிருகத்தனமான சபலங்களும், வாரிசு விவாதங்களும் மட்டும்தான் இருந்தன. அங்கே மனுஷங் கிட்டேர்ந்து மனுஷத்துவத்த பறிச்சுக்கிட்ட நிலைமைதான் இருந்தது. அந்த நிலைமையிலதான் மெர்லின் ஃபெர்னாண்டஸ் தற்கொலை செஞ்சுக்கிட்டா.''

10

மெர்லின் ஃபெர்னாண்டஸின் மரணம்

மங்களாபுரத்தில் உயர்வான நடுத்தர ஆங்கிலோ இந்தியக் குடும்பங்களில் ஒன்றுதான் மெர்லின் ஃபெர்னாண்டஸினுடையது. அவளுடைய பாட்டனார் எட்வின் ஃபெர்னாண்டஸ் ஸ்காட்லாந்துகாரன், இப்போதும்கூட, தங்கள் வாழ்க்கையிலும் செயலிலும் மேற்குடித் தன்மையைப் பேணுவதில் கவனம் கொண்டிருந்த குடும்பம். அவள் தன் படிப்பை பெங்களூரிலும் மும்பையிலுமாக முடித்தாள்.

அரசியல் அறிவியலில் முதல் தரத்துடன் மும்பை பல்கலைக் கழகத்திலிருந்து எம்.ஏ. தேறிய மெர்லின், அடுத்த ஆண்டிலேயே சிவில் சர்வீஸில் சேர்ந்தாள். படிப்பிலும் பணியிலும் எப்போதும் முதலிடத்திலேயே இருக்க வேண்டுமென்னும் பிடிவாத குணமுள்ளவள். ஒருபோதும் ஒன்றிலும் விட்டுக் கொடுக்காத குணம். கோராபுட் சப்-கலெக்டர் பணிதான் முதல் போஸ்டிங். ஒரிசாவிலுள்ள மிகவும் பின்தங்கிய மாவட்டம். அங்கே அவள் ஏராளமான காரியங்களை நிறைவேற்ற வேண்டியதாக இருந்தன. உணவு, ஆரோக்கியம், கல்வி, வசிப்பிடம் என இப்படி எல்லாத் துறைகளிலுமே கோராபுட் பின்தங்கிதான் இருந்தது. பட்டினிச் சாவுகளும், தொத்து நோய்களும்கூட அங்கு வெகு சாதாரணம். மாவட்டத் தலைநகரைத் தவிர வேறு எங்கும் ஆஸ்பத்திரிகள் இல்லை. மூன்று நான்கு பள்ளிக்கூடங்கள்தான். முழுமையான நிலப்பிரபுத்துவ சம்பிரதாயத்தின் வளர்ச்சி விரும்பத்தகாததாகவும் அசாத்தியமானதாகவும் இருந்தது. புள்ளி விவரக் கணக்கின் கள்ள விளையாட்டுகளால் அரசைத் திருப்திபடுத்தும் அலுவலர்கள் கூட்டத்தில் தானும் ஓர் அங்கமாக முடியாமல் மெர்லின் மிகவும் சிரமப்பட்டாள். அலுவலகத்தினுள்ளிருக்கும் திணறலில் இருந்து வெளியேறும்போது ஒரு விசித்திர ஜீவனைக் கண்டுவிட்டதுபோல்

உற்றுநோக்கும் மக்கள், அவளுடைய பாப் முடியும் லிப்ஸ்டிக்கும் ரூஷும் நவநாகரிக ஆடையணிகலன்களும் அந்த ஊர் மக்களுக்குப் பழக்கமற்றவையாக இருந்தன. அந்த மூச்சுத் திணறலின் காலத்தில்தான் ராஜேஷ் மேனன் என்னும் வரலாற்றாசிரியன் கோராபுட்டுக்கு வந்து சேர்ந்தான். வளர்ச்சி காணமுடியாமல் உழல்பவளும், வளர்ச்சி இல்லாமையின் காரணங்களை அறிவதற்கு வந்தவனுக்கும் இடையேயான சந்திப்பு.

''மெர்லின், இந்த காட்டுமிராண்டிங்களையெல்லாம் நல்லவங்களா மாத்தலாம்னு நீ எதிர்பார்க்கிறாயோ?''

''நிச்சயமா. இவங்கள சிறுகச் சிறுக நல்லவங்களாக்க முடியும்னுதான் நான் நம்பறேன்.''

''முடியாது. ஒருக்காலும் முடியாது. இங்குள்ள நிலப்பிரபுத்துவத்தோட ஆணிவேருங்களக்கூட உன்னால தொட முடியாது. நான் இவங்களைப் பத்தி படிக்க வந்தது, இவங்க மேலுள்ள அன்புனால இல்ல. கொஞ்சம் டாலர், ஒரு ராக்ஃபெல்லர் ஃபெலோஷிப்- இவற்றுக்காக ஏதாச்சும் செய்யணுமில்லே? அதுமட்டுமல்ல, அப்புறம் இவையெல்லாம் வெளிநாட்டு ஜர்னல்கள்ல பிரசுரமாகும்போது கிடைக்கிற பணம், புகழ்ன்னு இருக்கே. இவையெல்லாம்தான் என்னோட குறிக்கோளே.''

அவன் சொல்லிய எதுவொன்றையும் மெர்லின் முதலில் ஏற்கவில்லை. தன்னால் அவர்களுக்கு ஏதாவது செய்ய முடியும் என்னும் நம்பிக்கை அவளுக்கு இருந்தது. கடைசியில்தான், அந்த ஊரிலுள்ள நிலப்பிரபுக்களின் செல்வாக்குக் கயிறிழுப்புகளும், அரசியல்வாதிகளின் அதிகார மையங்களும் சேர்ந்து ராஜேஷ் சொன்னது உண்மைதான் என்பதை அவளால் உணர முடிந்தது. இந்த நட்புதான் மெர்லின் கோராபுட்டிலிருந்து தில்லிக்குப் போய்ச் சேர துணை புரிந்தது. அவள் சேர்ந்த ஆர்க்கியாலாஜிக்கல் துறை யாருக்கும் தேவைப்படாத துறையானதால் தாராளமான ஓய்வு நேரம். பழங்கால நினைவுச் சின்னங்களை உள்ளடக்கிய உயிரற்ற கோப்புகள். அவற்றுக்காகத் துரிதப்படுத்த ஆள்கள் இல்லாமையால் அலுவலகத்திலும் கூட்டமே இல்லாதிருந்தது. ராஜேஷைப் போன்ற சில வரலாற்று ஆராய்ச்சியாளர்களோ சிப்பந்திகளோதான் வருவார்கள். அக்காலத்தில்தான் மெர்லின் வெகுவாகப் படிக்கத் தொடங்கினாள்; அதுவும் சகல விஷயங்களையும் பற்றி. படித்த புத்தகங்களிலிருந்து குறிப்பெடுத்தும்

பாதுகாத்தாள். அவற்றைப் பற்றி ராஜேஷுடன் விவாதித்தாள். அப்படிப்பட்ட விவாதங்கள் மானுடவியலில் சென்று சேர்ந்த போது அவள் ராஜேஷை ஆழமாகக் காதலிக்கத் தொடங்கியிருந் தாள். மானுடவியலிலும் ஆர்வம் தோன்றத் தொடங்கியது.

அவள் ஒருமுறை ராஜேஷிடம் கேட்டாள்:

''உலகத்துல மிகவும் அற்புதமான பொருள் மனுஷன்தானே? இந்தளவுக்கு அற்புதமும் பகுத்தறியும் தன்மையுமுடைய நம்மளப் பத்தி நமக்கு என்ன தெரியும்? நம்மோட மூளையில நிறைஞ் சிருக்கிற அறிவானது வரலாற்றுக் காலத்துக்கு முன்னாலிருந்தே நாம பார்த்தும் கேட்டும் படிச்சும் பரிசீலிச்சும் அறிஞ்சதான உண்மைங்கதான். இவையெல்லாத்தையும் மூளையில உள்ள கோடானுகோடி உயிரணுக்களிலுமாக பாதுகாத்து வைச்சிருக் கிறோம்தான். என்னால ரொம்ப சீக்கிரமாக என்னோட நினைவு களின் பக்கங்களிலேர்ந்து நியாண்டர்தால் மனுஷனின் வாழ்க்கை முறைகளையும் ஆல்பர்ட் ஐன்ஸ்டீனின் சார்பியல் கோட் பாட்டையும் பிரிச்செடுக்க முடிகிறது.''

ராஜேஷ் அதற்குப் பதில் கூறவில்லை. அதற்குப் பதில் அவளை அழைத்துக் கொண்டு பேராசிரியர் உபலேந்து சாட்டர்ஜியின் வீட்டுக்கு ஒருநாள் போனான்.

''புரொபஸர், இவதான் மெர்லின் ஃபெர்னாண்டஸ் ஐ.ஏ.எஸ். இவ அதிகமா விரும்புன விஷயம் ஆந்தரோபாலஜி. இவ ஏன் அந்த விஷயத்த அதிகமா விரும்புகிறாங்கறதே அவளுக்குத் தெரியல. அதனாலதான் இவள உங்கக்கிட்டே அறிமுகம் செய்ய கூட்டாந் திருக்கேன். இப்படி நான் செய்யலேன்னா, உங்க ரெண்டு பேருக்கும் செய்யற மிகப்பெரிய துரோகமா அது ஆயிடும்.''

அவர்கள் அன்று வெகுவாகப் பேசினார்கள். தொடர்ந்து பல நாள்களிலும்... இறுதியில் மற்ற சங்க உறுப்பினர்களுடன் கேட்டது போலவே அதே கேள்வியை மெர்லினிடமும் பேராசிரியர் கேட்டார்:

''இந்த ஆராய்ச்சியில பங்குகொள்ள நீ தயாரா?''

ஆராய்ச்சியின் பல்வேறு அம்சங்களைப் பற்றி ராஜேஷுடன் விவாதித்தபோது அவளுக்கு ஒரு வெளிச்சம் கிடைத்தது. ஆராய்ச்சி என்னும் தரத்தில் இந்த ஆராய்ச்சி இல்லையென்றாலும்,

வாழ்வே ஓர் ஆராய்ச்சியாகவல்லவா இருக்கிறது. அதேவேளை யில், அப்பா கர்னல் ஃபெர்னாண்டஸிடமிருந்து தப்பிப்பதற்கும் இதைவிட வேறொரு நல்ல வழியில்லை. அதேபோல், ஆதிக்குத் திரும்பும்போது கிடைக்கப் போகும் மேன்மையான சுதந்தரத்தைப் பற்றியும் அவளுக்குப் பெரிய எதிர்பார்ப்பு ஏற்பட்டிருந்தது.

தீவை நோக்கியப் பயணத்தில் மெர்லினும் ராஜேஷூம் வாய் ஓயாமல் பேசிக் கொண்டே வந்தார்கள். அவர்களைப் பற்றி, உலகத்தைப் பற்றி, அப்புறம் மனத்துக்குள் எழும்பிய எல்லா வற்றையும் பற்றி. அவர்களுக்கு ஆராய்ச்சியின் பலனைவிட அதில் பங்கு கொள்கிறோம் என்பதில்தான் மிகவும் ஆர்வம். நகர வாழ்க்கையிலுள்ள கபடங்களையும் நடிப்புங்களையும் தூக்கி யெறிந்துவிட்டு, நேரத்தைப் பற்றியும் பொறுப்புகளைப் பற்றியும் உள்ளார்வம் இல்லாமல் முற்றிலும் அமைதியாகவும் சமாதானப் பூர்வமாகவும் வாழ்வதற்கான ஆவல். ஆனால், அவர்களின் கணக்கிடலில் ஒரு பெரும் தவறு நிகழத்தான் செய்தது. ஆதிக்குத் திரும்பினால் மனிதனுடைய மரியாதையின் முகமூடி கழண்டு விடும் என்பதையும் மற்றவர்களின் விருப்பு வெறுப்புகளையும் சுதந்தரத்தையும் மதிக்க வேண்டிய மனநிலையை இழக்க வேண்டியது இருக்கும் என்பதையும் அவர்கள் நினைக்கவில்லை.

ஆல்ஃபாவிலுள்ள பெரிய சிலந்தி வலைகளில் மாட்டிக் கொள்ளும் சிறு சிறு ஜீவன்களை உணர்ச்சி வயப்படாமல் பார்த்துக் கொண்டு நிற்க மெர்லினால் முடியவில்லை. அவள் யாருக்கும் தெரியாமல் அழுதாள். தீவிலுள்ள ஜீவராசிகளின் இயற்கைத் தன்மையை எந்தவொரு நிலையிலும் அழிக்கக் கூடாதென்றும், அதனுடைய ஒரு பகுதியாக மட்டுமே அவர்கள் வாழ வேண்டும் என்றும் பேராசிரியர் ஆரம்பத்திலேயே சொல்லியிருந்தார். அதனால் பச்சோந்திகளையும் பாம்புகளையும் பல்லிகளையும் தொந்தரவு செய்யாமல், சிலந்தி வலைகளை அறுத்து எறியாமல், மஞ்சள் கிளிகளினுடையதும் குயில்களினுடையதுமான பாட்டை யும், இரவில் சுவர்க்கோழிகளின் ஓயாத சத்தத்தையும் கேட்டுக் கொண்டு, உண்டு, குடித்து, உறவுபூண்டு அவர்கள் அங்கே வாழ்ந் தார்கள். ஆராய்ச்சியின் ஒரு பகுதியாக மனித உறவும் அன்பின் வலைகளும் கொஞ்சம் கொஞ்சமாக விலகியபோது மனிதத்து வத்தை இழந்து முற்றிலும் மிருகத்தனமான வாழ்வியல் முறைக் குள் அவள் மாற வேண்டியதாகிவிட்டது. ஒரு பலசாலியிடமிருந்து அதிகப் பலசாலியானவன் தட்டிப் பறித்து உறவு கொள்ளும்போது,

அதை எதிர்க்க முடியாமல் அவனின் பலத்துக்கு முன்னே அடங்கும்போது, இந்த சுதந்தரமே ஒரு பெரிய பொய்மையாக அவளுக்குத் தோன்றியது. ஆனால், அப்போதும் அவளுடைய உணர்வற்ற மனத்தின் அடித்தளத்தில் வேதப் புத்தகம் போதித்த பாவ உணர்வு ஒரு கனல்போல் எரிந்தது. அந்தத் தீக்கனல்தான் கடைசியில் மெர்லினை தற்கொலை செய்துகொள்ளத் தூண்டியது.

ஒன்றை மட்டும் நினைத்துப் பாருங்கள். அவளுடைய நிலையில் யாராக இருந்தாலும் அதைத்தான் செய்திருப்பார்கள். தீவுக்குச் சென்ற முதலாமாண்டிலேயே ராஜேஷைப் போல் ஓர் அழகான ஆண் குழந்தையைப் பெற்றாள் மெர்லின். அவர்கள் இந்தத் தீவுக்கு வராமல் ஊரிலேயே இருந்திருந்தால் அக்குழந்தைக்கு என்னென்ன வெல்லாமோ அளித்திருப்பார்கள். ஆனால், ஆல்ஃபாவில் அவன் ஒன்றையும் அறிந்துகொள்ளாமல், மொழி, நாகரிகம் ஆகிய வற்றின் தன்மையைத் துளிகூட புரிந்து கொள்ளாமல் மணலிலும் சேற்றிலும் விளையாடி வளர்ந்தான். எல்லோரும் எல்லாக் குழந்தைகளையும் ஒன்றைப் போலவே பார்த்தார்கள். அதனால், அக்குழந்தைகள் மணல் திட்டுக்களிலும் குறுங்காடுகளிலும் அலைந்து, கையில் கிடைக்கும் எவற்றையும் தின்று வளர்ந்தார் கள். பிறந்து ஒன்றிரண்டு ஆண்டுகள் வரையில் தாய்ப் பால் குடிக்கும் காலம் மட்டுமே அவர்கள் தாய்மார்களோடு சேர்ந்து இருப்பார்கள். அதற்குள் தாய்மார்கள் மீண்டும் கர்ப்பிணிகளாவார் கள். தாய்ப் பாலும் வற்றிவிடும். கடைசியில், பத்தொன்பது இருபது வருடங்கள் கழிந்தபோது சொந்தப் பிள்ளைகளே மிருகங்களைப் போல்... யாராலுமே அதைப் பொறுத்துக் கொள்ள முடியவில்லை. ஆராய்ச்சியின் கணக்கிடல்களுக்கு மாறாக அவர்கள் நடந்து கொண்டார்கள். அறிவுபூர்வமான வளர்ச்சியின் யாதொரு லட்சணத்தையுமே அவர்கள் காண்பிக்கவில்லை. ஆனால், அவர்கள் பலசாலிகளாக மட்டும் இருந்தார்கள். எதிர் மறையான சூழல்களில் வளர்ந்து பெரியவர்களான அவர்களிடம் நல்ல உழைப்பாற்றலும் ஆரோக்கியமும் ஏற்பட்டிருந்தன. அவர் களின் வாழ்வே உணவு தேடலிலும், மிருகத்தனமான உடலுறவி லும் மட்டுமாகவே ஒதுங்கிவிட்டிருந்தது. அதற்கான சர்ச்சை களிலும் கலவரங்களிலும் தள்ளுமுள்ளுகளிலுமாகவே அவர்கள் வாழ்ந்தார்கள். அவர்களுக்கு அப்பா அம்மா என்றோ, சகோதர சகோதரிகளென்றோ வேறுபாடுகள் எதுவும் இல்லாமலிருந்தது. தன் மகனிடமே 'நான்தான் உன் தாய்' என்று சொல்ல வேண்டிய நிலைமை மெர்லினுக்கு நேர்ந்தது. அதற்காகப் பலமுறை நிராகரிக்

கவும் முயன்றாள். முடியவில்லை. பரஸ்பரம் புரிந்துகொள்வதற்
கான திறமைகூட அவர்களுக்கு இல்லாமலாகிவிட்டது.

கடைசியில் ஒருநாள் தன் மகன்... தன்னுடைய எதிர்ப்பையும்
கதறலையும் பொருட்படுத்தாமல்... அவளால் அதைச் சகித்துக்
கொள்ளவே முடியவில்லை. ஆராய்ச்சியிலுள்ள நியதிகளை
அனுசரித்து அதில் தவறொன்றும் இல்லையென்றாலும் அவள்
மனத்தில் கனன்று கொண்டிருந்த பாவ உணர்வின் தீக்கொழுந்து
கள் கவிந்து பிடிப்பதற்கும் அதுவே போதுமானதாயிற்று.
அன்றிரவே மெர்லின் ஃபெர்னாண்டஸ் தற்கொலை செய்து
கொண்டாள். ராஜேஷைத் தவிர வேறு யாரும் அவளுக்காக
அழக்கூட இல்லை. இறப்பும் பிறப்பும் முற்றிலும் இயல்பான
விஷயங்களாகக் கணக்கிடவும், அதனிடம் எதிர்ப்புக் காண்பிக்
காமல் இருப்பதற்காகவும் மானசீகமான விரக்தியை அவர்கள்
பெற்றுவிட்டிருந்தார்கள். ராஜேஷ் மட்டும் அழுதான். அதுவும்
வெகுவாக அழுதான். இறுதியில், தான் எல்லாவற்றையும் இழந்து
விட்டதைப் போல் கடலுக்குள் இறங்கி எவ்விதக் குறிக்கோளும்
இல்லாமல் நீந்திச் சென்றான். அதன்பின் ராஜேஷின் பிணம்கூட
அக்கடற்கரையில் எங்கும் ஒதுங்கவில்லை. அவனை யாராவது
காப்பாற்றியிருப்பார்களோ என்னவோ? அல்லது, மனிதனை
விழுங்கும் சுறாமீனுக்கு உணவாகத்தான் ஆகியிருப்பானோ?
இல்லையென்றால் இத்தீவுக்கு அருகிலுள்ள ஏதாவது வேறொரு
தீவில்... அதுவும் ஆல்ஃபாவைப் போன்ற... ஒரு 'பீட்டா'...
அங்கே ஒரு நாகரிகம்... எதுவும் தெளிவாகவில்லை.

கடலுக்குள் இறங்குவதற்கு முன்னால் ராஜேஷ் கடற்கரையிலுள்ள
பாறையில் செதுக்கிய வார்த்தைகள் மட்டும் எங்களை நோக்கி
விசும்பச் செய்தது:

"இதுவொரு சொர்க்கமாகத்தான் இருந்தது. மனிதர்கள் வந்துதான்
நரகமாக்கிவிட்டார்கள்."

11

பிறப்பும் இறப்பும்

''தீவுக்குப் போய் கொஞ்ச நாள் சென்றதும் எங்களுக்கு நேரத்தப் பற்றிய உணர்வே இல்லாம போய்ட்டுது. இரவும் பகலும் மாறி மாறி வர்றதத் தவிர வாரக் கிழமைகளையும் மாதங்களையும் நாங்க மறந்துட்டோம். கோடையும் மழையும் வசந்தமும் குளிர்பனியும் மாறிமாறி வந்தன. ஆல்ஃபாவிலுள்ள சின்னச் சின்ன மரஞ்செடி கொடிகளும் துளிர்விடவும் பூக்கவும் செய்தன. காலம் ஒரு தெளிவில்லாத புதிராகவே அனுபவப்பட்டது. இருள் நிறைஞ்ச ராத்திரிங்களிலே நட்சத்திரங்களோட மங்கிய வெளிச்சத்துல நிழலுங்களுக்கும் மனுஷங்களுக்கும் இடையே யுள்ள வேறுபாட்டை மென்மையாக உணர முடிஞ்சுது. எங்க சொந்த பேருங்களக்கூட நாங்க எப்போ மறக்கத் தொடங்கி னோம்கறதே தெரியல. ஆமா, பேருல என்ன இருக்குது? அவை சமூகத்துல அடையாளப் படறதுக்கான அடைமொழிங்க தானே?''

''அதை என்னால ஏத்துக்க முடியாது. பேருங்க அடையாளப் படறதுக்கான அடைமொழிங்க மட்டுமில்ல. அப்படின்னா, பேருங்களுக்குப் பதிலா எண்களையோ ஜியோமிதி சமிக்ஞைங் களையோ பயன்படுத்தி இருப்பாங்களே! ஒவ்வொரு பேருக்கும் உயிர்ப்புப் பூர்வமான ஓர் உண்மையுண்டு. 'உபலேந்து சாட்டர்ஜி' என்னும் பேருக்குப் பதிலா வேற ஏதாச்சும் பயன் படுத்தினா அது ஒருபோதும் சரியா இருந்திருக்காது. அந்தப் பேரை உச்சரிக்கும்போதே நம்மோட மனசுல பேராசிரியரோட உருவம் தெளிஞ்சு வரும். அது ஒரு சாதாரணப் படத்துக்கு ஒப்பான உருவமல்ல. அவரைப் பத்தி நாம என்னென்ன வெல்லாம் தெரிஞ்சு வைச்சிருக்கோமோ அவையெல்லாம் இணைஞ்ச ஒரு பிரதிபிம்பம்தான் அவர்.''

''அவிநாஷ், அது பேரோட குணத்தால மட்டுமல்ல, அதற்கு மாறா அந்தப் பேருள்ள மனிதரைப் பத்தி நாம சில மனப்பூர்வமான புரிதலுங்கள அடையறதாலதான். பேருங்கள உதறும்போது நம்மால அனுமானிக்க முடியாத மனுஷங்களையும் நெருங்க முடியும். மொழிய நூறு விழுக்காடும் உதறிய பின்னாடியும் ஹரி கவிதைங்களைச் சொல்லிக்கிட்டுத்தான் இருந்தான். எழுத்து களில்லாத தாளலயங்களோடு இணைஞ்ச சில சத்த வரிசைங்க. அவற்றுக்குப் பின்னாலுள்ள இளக்கமான உணர்ச்சிய நம்மால புரிஞ்சிக்கவும் முடிஞ்சுது. அங்கே பேருங்களுக்கோ மொழிக்கோ இடமில்ல. களங்கமில்லாத மனுஷத்துவத்துக்குத்தான் இடமிருந் தது. உண்மையிலேயே தீவை நேசிப்பவங்களோட சொர்க்க மாத்தான் அந்தத் தீவு இருந்தது.''

''சந்தோஷ், மனுஷத்துவத்துக்குன்னு சொல்லாதீங்க. அதுக்குப் பதிலா நீங்க வேற என்ன பேரை வேணும்னாலும் பயன்படுத்திக் கலாம். மனுஷ வம்சம் லட்சக்கணக்கான வருஷங்களா தேடிக் கொண்டதையெல்லாம் உதறிட்டு நீங்கள்லாம் ஒரு தனிவகை மிருகங்களப் போல வாழத் தொடங்கியபோதே நீங்க இழந்தது உங்களோட மனுஷத்துவத்தைத்தான். நேசம் கோபம் முதலான உணர்ச்சிங்ககூட அடிப்படையிலேயே மிருகத்தனம்தான்.''

''நான் நினைச்சது அப்படியில்ல. நவநாகரிக உலகத்தோட கபடங்களில்லாம, சொந்த மனசாட்சியோடு மட்டுமே நேர்மையைக் காப்பாத்திக்கிட்டிருக்கும் வாழ்க்கை அது. அதுக்கு மொழிங்களோ பேருங்களோ தேவையில்ல.''

இளம் நீலநிறத்தில் சேலையுடுத்தி, முடியை ஒதுக்கி, இழந்து விட்ட மகிழ்ச்சியைச் சிறிது மீட்டுக் கொண்டு மாலினி அறைக்குள் வந்தாள். அவளுடைய ஆரோக்கியம் மெச்சும்படியாக இருந் தாலும் முகத்திலுள்ள கருமையும் நிரந்தரமான களைப்பும் மட்டும் மாறவில்லை. போதாக்குறைக்கு குரலிலும் நிலையான பதற்றம். எங்களுக்கருகில் பிரம்பு நாற்காலியில் மௌனமாக அமரும்போது அவள் என்னவோ யோசித்துக் கொண்டிருந்தாள். அது ஆல்ஃபாவைப் பற்றியோ அங்குள்ள பிள்ளைகளைப் பற்றியோ, அங்கே அவள் இழந்துவிட்ட உறவுகளையும் நண்பர்களையும் பற்றியோ என்னவோ?

''மாலினி, கொஞ்ச நாளா நீங்க ஒண்ணுமே பேசறதில்லையே, என்னாச்சு உங்களுக்கு?''

''அவிநாஷ், நான் சாவதானமா எல்லாத்தையும் என் ஞாபகத்துக்குக் கொண்டார முயற்சிக்கறேன். பல சமயங்களிலும் என் ஞாபகத் தோட சங்கிலி அறுந்து போவுது. ஞாபகத்திலுள்ள சில நிகழ்ச்சிங்க தொடர்பில்லாம கிடக்கின்றன.''

''எனக்கு அதுபோதும். மீதிய அதிலேர்ந்து நானே சேர்த்து வாசிச்சுக்கறேன்.''

''நாங்க தீவுக்குப் போயி ஒரு வருஷம் ஆயிருக்கும். என்னோட முதல் பிரசவம் ஆகியும் ஒரு வாரம்தான் கழிஞ்சிருந்தது. சுருண்ட முடியும் வெள்ளை நிறத்திலுமா இருந்த என்னோட குழந்த உரக்கக் கத்திக்கிட்டிருந்தது. குகையில உள்ள சின்ன அறைங்கள்ல ஒண்ணுல அவனுக்குப் பால் கொடுத்துக்கிட்டு நான் படுத்திருந் தேன். அப்போது அவன் திடீர்னு நிறுத்தாம அழத் தொடங்கினான். அதுமட்டுமல்ல ஏகத்துக்கும் நடுங்கவும் தொடங்கினான். அவன் உடம்பு பூராவும் சிவப்பு நிறம் படரத் தொடங்கியது. எனக்கு ஒண்ணும் புரியல. மற்றவங்களோ அந்த அழுகைய ஒரு பொருட்டாவே கவனிக்கல. ஆராய்ச்சியோட விதியும் அதுதான். எல்லாத்தையுமே இயற்கையிடம் விட்டுடணும். அதிர்ஷ்டமும் திறமையும் உள்ள குழந்தைங்க மட்டும் தப்பிச்சாலே போதும். இழப்பேற்படறதப் பத்தி துக்கப்படக் கூடாது. நான் அவனைத் தூக்கிக்கிட்டு வெளியேறினேன். அவனுக்கு என்ன நோய்ன்னே என்னால புரிஞ்சுக்க முடியல. ஆனா, ஏதோ ஒரு நோய்ன்னு மட்டும் நிச்சயம். ஆராய்ச்சியோட எல்லா சட்டதிட்டங்களையும் நான் மனசுல பதிய வைச்சிருந்தாலும், என்னால அவனோட கஷ்டத்தைப் பொறுத்துக்க முடியலை. அவன் என்னோட மகனாச்சே! அந்தச் சின்ன முகத்துக்கு எங்க யாரோட சாயலும் இருக்கல. நான் குழந்தைய தூக்கிக்கிட்டு அஞ்சலி அருகே நடந்தேன். அவ ஒரு டாக்டரா இருந்தவ. ஏ.ஐ.ஐ.எம்.எஸ்ல ஹவுஸ் சர்ஜன். மருத்துவ அறிவியல்ல அடிப்படைப் படிப்பை முடிச்சுட்டுத்தான் அவ இந்த ஆராய்ச்சிக்கே வந்திருக்கிறா. ஆராய்ச்சியோட நியதிங்கள அனுசரிச்சு எல்லோருமே தாங்கள் படிச்சதையெல்லாம் உதறிட்டாங்க. இருந்தாலும், இந்த குழந்தையக் காப்பாத்த அவளால முடியலாமில்லையா?

''ஒரு மரத்தோட நிழல்ல சோர்ந்துபோய் மயக்கத்துல உக்கார்ந் திருந்த அஞ்சலி, ஒரு சேர்க்கை முடிஞ்ச தளர்ச்சியாலோ, காட்டுப் பழத்தைத் தின்ன போதையாலோதான் அப்படி இருந்தா. விட்டேற்றியா குழந்தையோட முகத்த ஒருமுறை நோக்கிவிட்டு,

ஒண்ணுமே சொல்லாம திரும்பி படுத்துட்டா அவ. அதுவரைக்கும் அவ கர்ப்பிணியாவல. குழந்தையின் அழுகை அவளுக்குத் தொந்தரவா தோணிட்டுதோ என்னவோ, 'எங்கியாச்சும் தூக்கிட்டுப் போயித் தொலை'ன்னு சைகைக் காட்டினா. என் மனசு மட்டும், 'என்னோட குழந்தை, என்னோட குழந்தை'னு துடிக்கத் தொடங்கிடுச்சு. இந்த சந்தோஷ்கூட என்னையும் குழந்தையையும் திரும்பிப் பார்க்காம நடந்து போய்ட்டாரு. ஆல்ஃபாவுல இருந்த ஆம்பளைங்க எல்லோருமே எங்களோட உறவு கொள்ற நேரத்த தவிர மத்த நேங்களிலே சுத்தமா எங்கள ஒதுக்கிடுவாங்க. அப்புறம் என்ன? நான் எனக்கு முன்னால தெரிஞ்ச பச்சிலைங்களை எல்லாம் பறிச்சு கசக்கி புழிஞ்சி சாறு எடுத்து குழந்தை மேலெல்லாம் தடவினேன். கொஞ்சம் நேரம் போனதும் அவனோட அழுகை குறைஞ்சுது. என்கூட இருந்த ஏழு பேர்ல யாரோ ஒருத்தன்தான் அவனோட அப்பனா இருந்திருப்பான். ஆனா, ஆல்ஃபாவுல அப்பனுங்களுக்கு எந்தவொரு பொறுப்பும் இல்லாம இருந்தது. பொறக்கற குழந்தைங்கள அவங்க யாரும் தங்களோட சொந்தம்னு ஏத்துக்காததால அவங்களுக்கு துக்கமோ வேதனையோ தோணலை. ஆனா, பெண்களோட விஷயம் அப்படி இல்லியே. தன்னோட சேர்ந்த ஆணோட உயிரணு உள்ளே போயி, பத்து மாசம் கர்ப்பப் பையில கிடந்து வளர்ந்து பெரிசாகி, கடைசியில வெளியே வந்த குழந்தை அவ சரீரத்தோட ஒரு பகுதியல்லவா! அன்னிக்கு ராத்திரி முழுக்க நான் குழந்தையப் பார்த்துக்கிட்டே தூங்காம இருந்தேன். அவனுக்கு என்ன நேருதுன்னே புரிஞ்சுக்க முடியாத விதத்துல, அவன் கண்ணுல உள்ள கருவிழிங்க மெல்ல மறையவும், மீண்டும் வெளிப்படவும் செய்தன. அப்புறம்தான் கொஞ்சம் கொஞ்சமா எல்லாமே சாதாரண நிலைக்கு வந்தன. மூணு நாலு நாள்களுக்குள்ளவே எல்லாமும் மாறிட்டுது.''

''நீங்க பரஸ்பரம் ஒருத்தரோடு ஒருத்தரு உதவிக்காம தனியாதான் வாழ்ந்துட்டிருந்தீங்களா? பிரசவ சமயத்துலகூட யாரோட உதவியும் இல்லாமலா...?''

''பரஸ்பரம் உதவிக்கிட்டுத்தான் வாழ்ந்தோம். ஆனா, இயற்கை யோட இயல்பான செயலுங்கள எங்க பூர்வாசிரம அறிவுங்கள பயன்படுத்தி எதிர்கொள்ள முயற்சிக்கலைங்கறது மட்டும் உண்மை. பிரசவம்கறது ரொம்ப சாதாரணமான ஒரு உயிரியல் விளைவுதான். அதுக்கு மருத்துவ உதவியோ மத்தவங்க உதவியோ தேவையில்லை. அதுக்கான விளக்கம்தான் ஆல்ஃபாவுல வாழற

அந்த நாற்பத்தேழு பேருங்களும். அவங்க மட்டுமல்லாம, குழந்தைப் பருவ வாழ்க்கையிலேயே இயற்கை நியதிங்கள அனுசரித்து செத்துப் போன பதினொரு பேரையும்கூட சேர்த்துக் கலாம். பிரசவ சமயத்துல எனக்கு ஊர்மிளாதான் உதவிக்கிட்டு இருந்தா. மருந்துங்களும் மருத்துவமனைங்களும் இல்லையேங் கறதத் தவிர, மத்த கஷ்டங்களொண்ணும் எனக்கு அனுபவப்படல. கொஞ்ச கால பழக்கத்தாலேயே ஆல்ஃபாவுல அது ஒரு இயல்பான முறையாகவே ஆயிட்டுது. ஆனா, ஆம்பிளைங் களோட ஒத்துழையாமதான் எங்களுக்கு முக்கியப் பிரச்னையா இருந்தது. எங்களால ரொம்பவும் முடியாம கஷ்டப்படற நேரங்கள்லகூட எங்கள அவங்க உறவுக்காகப் பலவந்தப்படுத்தத் தொடங்கினாங்க. நாங்க அதுக்கு சம்மதிக்கலேன்னாலும் அவங்க தங்களோட பலத்த பயன்படுத்திக்கிட்டாங்க. ஆனா, மரணம் மட்டும் பல சமயங்களிலும் ரொம்பவும் வலியோடதான் இருந்தது. அப்போல்லாம் மருத்துவ தொழில்நுட்ப அறிவைப் பயன்படுத்திக் காம இருந்ததினால ஏற்பட்ட குற்றவுணர்ச்சிதான் எங்கள வேதனைப்படுத்திச்சு.''

''செத்துடுவாங்கன்னு உறுதியான நேரங்களிலாவது உங்க மூளை யில மறைஞ்சு கிடக்கிற அறிவைப் பயன்படுத்தி இருக்கலாம். அப்படிப் பயன்படுத்தினா அவங்களையும் காப்பாத்தியிருக்கலாம். முடியும்னு தெரிஞ்சிருந்தும் அப்படி செய்யாமப் போன சந்தர்ப்பங்களுண்டா?''

''அப்படியும் சொல்ல முடியாது. எங்க மூளையில உள்ள அறிவைத் தவிர, அதுக்குப் பிரயோகப்படுத்தற மத்த உபகரணங்கள் எதுவும் எங்களிடம் இல்லாததுதான் உண்மை. பேராசிரியர் மலேரியா நோய் வாய்ப்பட்டு படுத்திருக்கறபோது எங்க எல்லோருக்குமே அவரைக் காப்பாத்திடணும்னு எண்ணமிருந்தது. ஆனா, நாங்க அப்போ உதவ முடியாதவங்களாத்தான் இருந்தோம். அந்தக் காட்டுச் செடிகொடிங்களிலே மலேரியாவ எதிர்க்கக்கூடிய மூலிகைங்க ஏதாச்சும் இருந்துதாங்கறதுதான் எங்களுக்குத் தெரியாம போயிட்டுது.''

மாலினி சிறிது நிறுத்திவிட்டு சந்தோஷிடம் சைகை மொழியில் என்னவோ கூறினாள். எனக்கு அது புரியவில்லை. அவர்களின் மொழியிலுள்ள சைகைகள்கூட எனக்கு அந்நியமாக இருந்தன. அதன்பின் அவர்கள் இருவரும் என்னிடம் எதுவும் கூறாமல் வெளியேறினார்கள். எனக்கும் என்ன நடக்கிறது என்று

புரியவில்லை. அவர்களைக் கோபப்படுத்தும் செயல் எதுவும் என்னிடமிருந்து வெளிப்படவில்லையே. பின்னே என்ன நேர்ந்தது?

என்னிடம் பேசிக் கொண்டிருக்கும்போதே எனக்குத் தெரியாமல், பல சமயங்களில் அவர்களின் சைகை மொழியில் பரஸ்பரம் எண்ணப் பரிமாற்றம் செய்கிறார்கள் என்று மட்டும் எனக்குச் சந்தேகம் தோன்றியது. இவர்கள் என்னிடம் சொன்னதற்கும் மேலாக, 'வேறு ஏதாவது இருக்குமோ' என்னும் சந்தேகம் என்னுள் உறுதிப்பட்டு வந்தது. இவர்கள் சொல்வதில் தொடக்கத்தில் இருந்தே கோளாறுகள் இருந்தன. என்னிடமிருந்து சில விஷயங்களை மறைத்து வைப்பதற்கு அவர்கள் முயற்சி செய்கிறார்கள் என்றும் தோன்றியது. அதுவும் ஓர் ஓவியத்தைக் கொஞ்சம் கொஞ்சமாகத் தெளிவுபடுத்துவதுபோல், ஊர்மிளா பேசத் தொடங்கினால்தான் இதனுடைய மறுபக்கம் பிடிபடும். இவர்களுடன் அஞ்சலி சர்மா என்னும் டாக்டர் எவ்வாறு வந்து மாட்டினாள்; நன்கு வெளுத்து மெலிந்தவளும் மிகவும் குறைவாக மட்டுமே பேசக்கூடியவளுமான வாரணாசிக்காரி. அஞ்சலி சர்மாவுக்கு இந்தக் கதையில் எந்தளவுக்கு பங்கு உள்ளது?

12

அஞ்சலியின் கதை

அஞ்சலி வாரணாசியில் பிறந்தவள். மணிகர்ணிகா கட்டத்துக்குப் போகும் வழியில் குறுகிய தெருக்களில் ஒன்றில்தான் அவளுடைய பழைய வீடு. தந்தை விசுவநாதர் சந்நிதியில் ஓர் அர்ச்சகர். அஞ்சலி மூத்த மகள். பனாரஸ் இந்து பல்கலையிலிருந்து விலங்கியலில் பட்டம் பெற்ற அவள் தில்லியிலுள்ள ஏ.ஐ.ஐ.எம்.எஸ்.ஸில் எம்.பி.பி.எஸ். சேர்ந்தாள். மாதத்தில் ஒருமுறை மட்டும் காசி - விஸ்வநாத் எக்ஸ்பிரஸில் அவள் வாரணாசிக்குச் செல்வாள். மந்திரோச்சாடனமும் இந்துஸ்தானி இசையிலுமான சூழலில் தந்தை மகளிடம் கூறுவார்:

''நீயொரு முட்டாளும்மா. இந்த லோகத்தோட மூளையே காசி தான். நீ இங்கேர்ந்து தூரமா போகப் போக தெய்வத்தோடேருந்தும் சத்தியத்தோடேருந்தும் விலகிப் போகிறாயம்மா. நாம எல்லாத்தையும் விசுவநாதனிடத்திலேயே கத்துக்கலாம். அது சங்கீதமாவட்டும் சாகித்தியமாவட்டும் சாஸ்திரமாவட்டும், எதுவாக இருந்தாலும் நீ தில்லியிலேயுள்ள வகுப்பறையிலாவட்டும், உக்கார்ந்து தேடுற அறிவு இருக்கே, அது அவ்வளவு மகத்தானது ஒண்ணும் இல்ல.''

அஞ்சலி எல்லாவற்றையும் மவுனமாக நின்று கேட்பாள். இடையில் மெலிதாகப் புன்னகைப்பாள். அப்பா எப்போதும் அப்படித்தான். மிகவும் அற்புதமான எண்ணங்களுடன் வாழ்பவர். வாழ்க்கை முழுவதும் விஸ்வநாதருக்காக உழன்று, அவரை மீறிய வேறொன்றும் இல்லையென நம்பிக் கொண்டு வாழ்வையே நேசத்தின் கங்கையாக்கிய மனிதர்.

சந்தோஷ் ஒருமுறை அவளிடம் சொன்னான்:

''நான் பலமுறை காசிக்கு வந்திருக்கேன். அது ஓர் அசுத்தமான நகரம். நீ சொல்ற மகத்துவம் ஒண்ணையும் என்னால அங்கே காண

முடியல. தசாஸ்வமேதிலும் மணிகர்ணிகாவிலும் பாதி எரிஞ்ச சுடுகாட்டுப் பொணங்களுக்கு கணக்குச் சொல்றவங்கதானே உங்க ஆளுங்க. மந்திரமும் பூஜையும் தெய்வமுமெல்லாம் உங்களுக்குப் பணம் பண்ணுறதுக்கான வழி மட்டும்தானே!''

அஞ்சலி பதில் கூறவில்லை. எங்கே சென்றாலும் கேட்கக்கூடிய ஒரேவிதமான குற்றச்சாட்டல்கள்தான். காசியின் புனிதத் தன்மையையும் நிரந்தரமான சங்கீதத்தையும் யார் அறியப் போகி றார்கள். வெளியே தெரியும் அசுத்தத்துக்கும், கடவுள் பெயரைச் சொல்லி பணம் பறித்தலுக்குமிடையே தெய்வீகமும் புனிதமுமான மற்றுமோர் இடமும் உண்டென்பதை எவ்வாறு இவர்களுக்கு உணர்த்துவது. கங்கையின் அமைதியான நீரோட்டத்துக்கிடையே விஸ்வநாதரின் உருவகப்படுத்த முடியாத அன்பைப் போல் அனைத்து உயிரினங்களையும் காசிக்குள் ஈர்க்கக்கூடிய ஒரு சக்தி உண்டென்பதை மற்றவர்களுக்கு எப்படி நம்பிக்கையூட்டுவது. அஞ்சலிக்கு இரு தம்பிகள். அவர்களும் தந்தையைப் போல் கோயிலுடன் தொடர்பு கொண்டு வாழ்ந்தார்கள். அவள் மட்டும் மத்திய அரசின் ஸ்காலர்ஷிப்போடு படித்து வந்தாள். சாதாரண சமூகத்தினரால் புரிந்துகொள்ள முடியாத வகையில் வெகுவாக வளர்ந்தாள் அவள்.

ஏ.ஐ.ஐ.எம்.எஸ்.ஸில் நோய்களின் இடையிலும் மருந்துகளின் மத்தியிலும் சிறுவயதில் தான் கற்ற 'ஹமீர் கல்யாணி'யை முனகிக் கொண்டு திரிந்த அஞ்சலியை தில்லியில் நிறைந்திருக்கும் கபடத்தன்மையின் பல வண்ண மெஸ்மரிஸம் ஒருபோதும் கவர வில்லை. மனித உடலைப் பற்றி படித்துவிட்டு, பலவித நோய் களுக்கான காரண காரியங்களை பகுத்தறிந்தபோதுதான் அவள் பல நேரங்களில் சம்பந்தா சம்பந்தமில்லாத பல கேள்விகளைத் தன்னையே கேட்டுக் கொள்ளத் தொடங்கினாள்:

''கடவுள் ஏன் மனுஷங்களுக்கு நோய்ங்களக் கொடுத்தான்? சுகத்தையும் சந்தோஷத்தையும் அளிச்சவன் வேதனையையும் துக்கத்தையும் எதுக்காகக் கொடுத்தான்?''

அக்கேள்விகளுக்கு அவளால் பதில் கண்டுபிடிக்க முடியவில்லை. மனித உடலை ஆக்கிரமிக்க வந்து சேரும் கோடானுகோடி நுண் கிருமிகளின் முகங்களை அவள் கனவில் கண்டாள். அமீபாக்கள், வைரஸ்கள், புரோட்டோசோவன்கள், பின்பு, இன்னும் இனம் பிரிக்கப்படாத மற்ற பல ஜீவன்களும்... அவள் ஆரம்பத்தில்

பயப்பட்டாள். அதன்பின், அவற்றில் தொண்ணூற்றொன்பது விழுக்காட்டையும் எதிர்கொள்ள வேண்டிய எதிர்ப்புச் சக்தி மனித உடலிலேயே உள்ளன என்பதை நினைத்தபோது ஆச்சரியப் பட்டாள். படிப்பின் மூன்றாம் ஆண்டில் ஒரு விவாதத்துக்கிடையே அவள் தன் வகுப்பு ஆசிரியரிடம் கேட்டாள்:

''சார், பல மருந்துகளும் சில தனிப்பட்ட சூழ்நிலைகள்ல நோயாளிங்ககிட்டே பலனில்லாம போகுதுன்னு சொன்னீங் கல்லே? அது எதனால?''

''அதுக்குப் பிரத்யேகமா காரணங்க ஒண்ணுமில்ல? நம்ம உடம்பும் சில சமயங்கள்ல நம்மோட அறிவுகள மீறியேதான் செயல்படுது. அப்போ அது மருந்துகளையும் நிராகரிச்சுடும்.''

''அப்படின்னா, மருந்தும் மருத்துவனும் அனுகூலமான சூழ்நிலை கள்லதான் வெற்றியடையறாங்க. இல்லேன்னா, சில அனுகூல சூழ்நிலைகள்ல மட்டும்தான் உடம்பு நோய்களிலேர்ந்து தப்பிக் கிறப்போ மருந்தும் மருத்துவனும் அதற்குக் காரணங்களாகிறாங் கறது உண்மை. அனுகூலமில்லாத நிலைமையில தோல்வி யடையற ஒரு சிகிச்சை முறைக்கு என்ன தொடர்புங்க?''

''மருந்தாலும் சிகிச்சையாலும் நோயிலேர்ந்து தப்பிக்க வைக் கறதுக்காக நாம ஒரு மனுஷனுக்கு நம்மால முடிஞ்ச மட்டும் உதவத்தான் முயற்சிக்கிறோம். சில பிரத்யேக சூழ்நிலைங்கள்ல தோல்வியடையறதால அதனோட உறவு என்னவோ கெடுவ தில்ல. அதிர்ஷ்டமுள்ளபோதுதான் மருந்தும் சிகிச்சையும் அர்த்தமுள்ளதாகின்றன.''

அஞ்சலி அதற்குமேல் தர்க்கம் செய்யவில்லை. ஆனால், கடைசி வாக்கியம் அவளுடைய மனத்தில் தைத்துவிட்டது. பின், வாழ்க்கையின் பல திருப்பங்களில் அவள் அதைக் கொஞ்சம் திருத்தி எழுதினாள்.

''அதிர்ஷ்டம் உள்ளபோது மட்டும்தான் மருந்தும் சிகிச்சையும் அர்த்தமுள்ளதாகின்றன.''

அவள் ஹவுஸ் சர்ஜன் பண்ணும்போதுதான் பேராசிரியர் உயர் இரத்த அழுத்தத்தோடு அங்கே அட்மிட் செய்யப்பட்டார். பேராசிரி யரின் விசித்திரமான நடத்தை முறைகளும் பேச்சும் அஞ்சலிக்கு மிகவும் பிடித்துவிட்டது. மூன்று நான்கு தினங்களுக்குப் பின்

இரத்த அழுத்தம் சாதாரண நிலைக்கு வந்தபோது அவள் அவரிடம், ''நீங்க ஒரு அதிர்ஷ்டசாலிதான்'' என்றாள்.

பேராசிரியருக்கு ஒன்றும் பிடி கிடைக்கவில்லை. அதிர்ஷ்டத்திலும் விதியிலுமெல்லாம் நம்பிக்கையில்லாத விஞ்ஞானி அவர். தன் நரைத்த தாடியை மெல்ல தடவியவாறே, ''அதென்ன குழந்தை அப்படிச் சொல்றே?'' என்று கேட்டார்.

''சார், அதிர்ஷ்டமிருக்கும்போது மட்டும்தான் மருந்தும் சிகிச்சையும் ஒத்துழைக்குது.''

அவ்வாறு தொடங்கிய அந்த நெருக்கம் நீண்ட உரையாடல்களாகி, விவாதங்களாகி, கடைசியில் ஆராய்ச்சிக்கு மிகவும் ஆர்வம் கொண்ட மனுஷியாகவும் அவள் மாறினாள். அப்படித்தான் அஞ்சலி சர்மா மருத்துவ உலகிலிருந்து மானுடவியல் ஆராய்ச்சிக்குச் சென்றாள். ஆல்ஃபாவின் ஆரம்ப நாள்களில் மிக உற்சாகமாக இருந்தவளும் அஞ்சலிதான். ஒரு தேடலின் உற்சாகத்துடன் தன்னையும் மற்றவர்களையும் அவள் உற்றுக் கவனித்தாள். கவுரவம் என்னும் முகமூடிகளை கழற்றிவிட்டு குழுவிலுள்ள எல்லோரும் புதுவாழ்க்கையில் மூழ்கியபோது, அஞ்சலிதான் அவர்களிடம் காட்டு வாழ்க்கையின் எல்லா வசதிகளையும் பகுத்துக் கொடுத்தாள். அவள் ஒவ்வொரு நாளும் பலவகை உணவுகளை உண்டு பார்த்தும், பலரோடு படுத்து உறங்கியும் புதுமை தேடி அலைந்தாள். அவள்தான் அந்தத் தீவின் கிழக்கேயுள்ள குகையைக் கண்டுபிடித்தாள். அது உண்மையில் ஒரு குகையாக இருக்கவில்லை. படிகப் பாறைகளில் உப்புத் தண்ணீர் பட்டு பெரும் பொந்துகளாகத்தான் இருந்தன. ஒரு பெரிய பொந்தும் இரண்டு சிறிய பொந்து அறைகளுமாக இருந்தன. அதைக் கண்டுபிடித்தபோது அவளுக்கு மிகவும் மகிழ்ச்சியாக இருந்தது. ஆகாயத்தைப் பார்க்காமல் உறங்குவதற்காக ஓர் இடம். வெளியிலிருந்து சிறு துவாரத்தின் வழியாக உள்ளே வரும் மங்கிய வெளிச்சத்தில் மனிதர்களின் உத்தேசமான உருவம் மட்டுமே தெரியும்படியாக இருந்தது. சிறு அறைகளில் ஒன்றை எப்போதும் பேராசிரியரின் பயன்பாட்டுக்கென்றே ஒதுக்கி வைத்தாள். வயது வித்தியாசமும், அவர்தான் ஆராய்ச்சியை நடத்துபவர் என்பதும், தாங்களெல்லாம் அந்த ஆராய்ச்சியின் கருக்கள் மட்டுமே என்னும் உணர்வும், மற்றவர்கள் பேராசிரியருடன் தாராளமாகத் தொடர்பு கொள்வதற்கு கட்டுப்பாடும் உண்டாக்கினாள். பல சமயங்களில் தான் செய்தவையெல்லாம் சரியாக இருக்குமா என்று பேராசிரி

யருக்கே சந்தேகம் ஏற்பட்டிருந்தது. இந்தப் பைத்தியக்காரத் தனமான ஆராய்ச்சியின் மூலம் பன்னிரண்டு பேரின் வாழ்க்கை அழிக்கப்பட்டுவிடுமோ என்றும் அவர் பயப்பட்டார். அப்படிப் பட்ட சிந்தனைகளிலிருந்து பேராசிரியரை விடுவித்து, எதிர்ப் பார்ப்புக்கும் யதார்த்தத்துக்கும் கொண்டு செல்வது அஞ்சலியின் வசீகரிக்கும் சிரிப்பும் ஆனந்தமும்தான். முதல் மூன்றாண்டு களுக்குள் ஆறு குழந்தைகள் ஆல்ஃபாவில் பிறந்தபோது அவருக்கு மிகப்பெரிய எதிர்பார்ப்பு இருந்தது. மனித இனம் லட்சோப லட்சம் ஆண்டுகளில் தேடிக்கொண்டதாகப் பெருமைப்படும் அறிவையும் திறமையையும் இருபத்தைந்து ஆண்டுக்குள் புது தலைமுறையினரால் தேடிக் கொள்ள முடியும் என்று அவர் நம்பினார். மனிதமூளை வளர்ச்சியின் உச்சகட்டத்தை எட்டி யிருக்கிறதென்றும், யதார்த்தங்களை வெகுவேகமாகக் கிரகிப் பதற்கும் பகுப்பதற்குமான திறமை அதற்கு உண்டு என்றும் அவர் கருதினார். அந்தச் சித்தாந்தம் ஆரம்பத்தில் சரிதான் எனவும் தோன்றச் செய்தது. மாலினி, ஊர்மிளாவின் பிள்ளைகள் வெகு சீக்கிரத்தில் நடக்கக் கற்றார்கள். ஆனால், அதைத் தொடர்ந்த வளர்ச்சி என்னவோ தெளிவான பாதுகாப்பில்லாமல் கரடுதட்டச் செய்தது. நடக்கக் கற்றுக் கொண்ட குழந்தைகள் பேசுவதற்கோ மனதளவிலான செயல்களுக்கோ தயாராக இல்லை. ஆனால், அவர்களைப் பெற்ற தாய்மார்கள் மீண்டும் கர்ப்பம் தரிக்கவும் அடுத்தக் குழந்தையைப் பெறுவதற்கான முனைப்பிலுமே இருந் தார்கள். குழந்தைகள் மணல் திட்டுக்களிலும் குறுங்காடுகளிலும் விளையாடி, கையில் கிடைப்பதையெல்லாம் தின்று, நினைக்கும் இடத்தில் படுத்துத் தூங்கி விழித்துக் கொண்டும் வளர்ந்தார்கள்.

அஞ்சலி தன் தாய்ப் பாசத்தை பல சமயங்களிலும் ஆராய்ச்சி விதிகளின்படி விட்டொழிக்க வேண்டியிருந்தது. குழந்தைகளின் வளர்ச்சிக்குத் தேவையானதைப் பற்றி படித்தவையெல்லாம் அவள் கண்ணெதிரிலேயே நொறுக்கப் படுவதைக் கண்டுவிட்டு அவள் வேதனைப்பட்டாள். அவர்களுக்கு நோய்கள் வரும் போதும் இறக்கும்போதும் அவள் தன்னையறியாமல் தேம்பி னாள். தான் தன் வாழ்வில் கஷ்டப்பட்டு தேடிய அறிவை உபயோகிக்க வேண்டிய சந்தர்ப்பங்களில் மனப்பூர்வமாக பயன்படுத்த முடியாமலும், மனிதர்களை வேதனைப்படவும் இறக்கவிடவும் செய்ய நேர்ந்ததாலும் அவள் இந்த ஆராய்ச்சி யையே வெறுத்தாள். சில சமயங்களில் சைகையிலும் அவள் பேராசிரியரிடம் கேட்டாள்:

"மனுஷனோட வேதனையிலேர்ந்தும் மரணத்திலேர்ந்தும் காப்பாற்ற முடியுங்கறதாலயாவது என்னை அனுமதிக்கக் கூடாதுங்களா?"

அதை அவர் மறுக்கும் பாவனையில் தலையாட்ட மட்டும் செய்தார். கடைசியில் தன் மகள் கடுமையான காய்ச்சலில் அவள் மடியிலேயே கிடந்து இறந்துவிட்ட அன்றைய இரவிலேயே, மகளுக்குத் துணையாக திடீரென நின்றுவிட்ட இதயத்தால் அஞ்சலியும் அத்தீவிடம் விடைபெற்றாள். ஆல்ஃபா அமைதியாகவும் மவுனமாகவும் அவ்விரு பிணங்களையும் கடலுக்குள் கொண்டு சேர்த்தது.

13

ஹரிகிருஷ்ண சர்க்கார் என்னும் கவி

ஹரிக்கு கவிதைகள் என்பவை நேச கீதங்களாகவோ கொள்கை விளக்க அறிவிப்புகளாகவோ இருக்கவில்லை. மனத்தின் ஆழத்திலிருந்து ஓடிவரும் இசையோடிணைந்த சத்திய தரிசனங் களாக இருந்தன. வார்த்தைகளில் மிகவும் மிதத்தன்மையைப் பேணி வாசகர்களுடன் அதிக நெருக்கத்தை ஏற்படுத்தும் எழுத்து கள். கவிஞன் வாசகனைத் தன்னிடம் நெருங்க வைக்க வேண்டும். அதன்பின் அவர்கள் இருவரும் இணைந்து இன்னொரு புள்ளியை நோக்கி நகர வேண்டும். இந்த இரு செயலையும் ஹரி தன் கவிதைகளில் சிறப்பாகக் கையாண்டவன். அவன் கவிதைகள் அழகியலைவிட அதிகமாகச் சிந்தனை ஒளியைப் பரப்பின. வாசகனை மயங்க வைப்பதாக இருந்தன.

பாட்னாவிலுள்ள ஒரு பிராந்திய மொழி பத்திரிகையின் தில்லி நிருபராகப் பணியாற்றினான் ஹரிகிருஷ்ண சர்க்கார். பெயருக்கு மட்டும்தான் அந்த வேலை. ஆனால், அவன் அதிக நேரத்தை கவிதைகள் எழுதுவதற்காகவும் அவை பற்றி விவாதங்கள் செய் வதற்காகவும் அலைந்து திரிந்தான். பல்கலைக்கழக வளாகங் களிலும், நகரிலுள்ள மன நிறைவற்ற இளைஞர்களிடையிலும் ஹரியின் கவிதைகளுக்கு பெரிய வரவேற்பிருந்தது. நண்பர்கள் குழுவில் ஹரி அதிகம் பேசுவதில்லை. மற்றவர்கள் பேசுவதை முடிந்தமட்டில் அமைதியாகக் கேட்டுக் கொண்டிருப்பான். கடைசியில்தான், தான் முன்பு எப்போதாவது எழுதியதையோ அல்லது அப்போது அவனுக்குத் தோன்றியதையோ ஒரு கவிதையாகப் படிப்பான். அதில், தான் சொல்ல நினைத்தது எல்லாம் அடங்கி இருக்கும். அவன் எப்போதும் தன் சொந்தக் கவிதைகளைப் பற்றிப் பேசுவதில்லை. கவிதைகள்தான் ஹரியைப் பற்றி பேசும். பாட்னாவில் அவனுக்கு உறவினர்கள் என யாரும்

இருக்கவில்லை. பத்திரிகை அலுவலகத்தோடுள்ள உறவுகூட, அவன் இடையிடையே அனுப்பும் குறிப்புரைகளிலும், அவற்றுக் காக எப்போதாவது வரும் சன்மானத்திலுமாக ஒதுங்கி இருந்தது. இவை இரண்டுக்கும்கூட தெளிவானதொரு வரைமுறை இருக்க வில்லை.

ஹரி அதிகமாக மது அருந்தும் குணமுள்ளவன், ஒருமுறை குடித்துவிட்டு அரைபோதை நிலையில்தான் சாணக்கியபுரியி லுள்ள ஒரு பெரிய பத்திரிகை ஆசிரியர் வீட்டில் மாலினிக்கு அறிமுகமானான். அவன் வாசித்த கவிதையைப் பற்றி அவள் என்னவோ கேட்டாள். பதில் அதற்குத் தொடர்பில்லாமலும் சில கவிதைத் துணுக்குகளாகவும் இருந்தன. கடைசியில் அவளுக்குக் கோபம் மேலிட்டு அவனைப் பைத்தியம் என்றுதான் அழைத்தாள். ஆனால் ஹரியோ அதற்கு ஒன்றும் பதில் கூறாமல் சிரித்துக் கொண்டே வெளியேறினான்.

அதன்பின் ஒருமுறை ஜெ.என்.யூ.வில் உள்ள நீண்ட நடைபாதை களில் ஒன்றில் சந்தித்துக் கொண்டபோது ஒரு சிகரெட் பாக் கெட்டுக்குள் எழுதிய ஒரு கவிதையை எடுத்துக் கொண்டான்.

''அமைதியா எங்கேயாவது உட்கார்ந்து படி. படிச்சதுக்கப்புறம் கிழிச்சி எறிஞ்சுடு. இதை உனக்காகத்தான் எழுதினேன்.''

விடுதியிலுள்ள தன் அறையில் அமர்ந்து அந்தக் கவிதையை அவள் இரவு முழுவதும் பலமுறை படித்தாள். படிக்கப் படிக்க வாழ்க்கை யின் புதிய அர்த்தத்துக்குள், நிறைவடையாத புதிய புதிர்களுக்குள் வழுக்கி விழுந்தாள். ஒரே நேரத்தில் சிரிப்பதற்கும் அழுவதற்கும் அவளுக்குத் தோன்றியது. அதன் பிறகு, ஹரியைத் தேடி பல நாள் கள் அலைந்தாள். பல மாதங்களுக்குப் பிறகு புதுதில்லி ரயில்வே ஸ்டேஷன் ஜனசந்தடியில் ஹரியைச் சந்தித்தபோது அவள் சொன்னாள்:

''உன்னை ஒருமுறை பார்க்கறதுக்காக நான் எத்தன நாளா அலைஞ்சுண்டிருக்கேன் தெரியுமா? நாம கொஞ்சம் விரிவா பேசணும்.''

அவன் ஒன்றும் பேசாமல் அவளுடன் நடந்தான். கூட்டம் குறைந்த காபி ஹவுஸில் ஒரு மேஜையின் இரு பக்கத்திலுமாக உட்கார்ந் தும், ''நீ சொல்ல நினைக்கறதையெல்லாம் இப்போ சொல்லு... நான் கேக்கறேன்'' என்றான் ஹரி.

எப்படித் தொடங்குவது என்றுதான் அவளுக்குத் தெரியாமல் இருந்தது. சாதாரணமாக இல்லாமல் வித்தியாசமாகச் சிந்திப்பதும் செயல்படுவதுமாக உள்ளவர்கள் - அவர்களின் நடவடிக்கைகள் சமூகத்தின் அளவுகோல்களுக்குள் அடங்காமல் போகும்போது பைத்தியமென்று அழைக்கிறார்கள். ஆனால், அப்படிப்பட்டவர் கள்தான் சமூகத்தை முன்னோக்கிக் கொண்டு செல்கிறார்கள்.

"ஹரி, உங்க கவிதை நல்லா இருக்குன்னு மட்டும் சொல்லிட்டா, அது வெறுமனே முகஸ்துதியா ஆயிடும். ஆனா, உனக்குப் பைத்தி யம் புடிக்கறதுக்காக மட்டுமா நான் அழகியா ஆயிட்டேன்."

"கண்டிப்பா... நீ என்னைப் பைத்தியமாத்தான் ஆக்கிட்டே. உன் னோட அந்த வசீகரிக்கற கண்களும், காமம் பூக்கும் உதடுகளும், மனோகரமான மார்பகங்களும், அப்புறம், அவற்றுக்குக் கீழே யுள்ள எல்லா பகுதிகளும் என்னைப் பைத்தியமாக்கிவிட்டன. அதனாலதான் அந்தக் கவிதய உனக்கு மட்டும்தான்னு சொன் னேன்."

மாலினி, அந்தப் புகழ்ச்சியைக் கண்டுகொள்ளாமல் சிறிது கவுரவமாகவே கேட்டாள்:

"ஆனா, இந்தப் பைத்தியக்கார கவிதைகளால யாருக்கு என்ன பிரயோஜனம்?"

"மாலினி, கவிதைங்கறது பிரயோஜனத்த குறிக்கோளாக்கி எழுதற தில்ல. எனக்குக் கவிதைங்கறதே மனசோட உணர்வு வேதனை மட்டும்தான். மேலும், அதை நான் ஒரு லட்சியமாவோ புத்திசாலித் தனமாவோ ஒண்ணும் உத்தேசிக்கலை. வாசிக்கற ஆளுங்களோட மனசுல ஒரு சலனம். உண்டாக்கறதன் மூலமா நானும் வாசகனும் ஒண்ணாயிடலாம்னும், ஒண்ணா சேர்ந்து சிந்திக்கலாம்னும்தான் ஆசைப்படறேன்."

மாலினியின் கண்களில் ஒரு புதிய ஒளியை அவன் கண்டான், அது காதலினுடையதாக இருந்தது. அவள் அவன் கண்களை நோக்கிக் கூறினாள்:

"இனிமே நாம ஒண்ணாத்தான் சிந்திக்கணும். அதுவும், சுத்தப் பைத்தியக்காரத்தனமாத்தான்."

அப்புறம் அவர்கள் வெகுநேரம் பேசினார்கள். மீண்டும் பல நாள்களில், பல இடங்களில் அவர்கள் சேர்ந்து பயணித்துப்

பேசினார்கள். சிந்தித்தார்கள். உறங்கினார்கள். ஹரி தன்னுடைய பைத்தியத்தில் மாலினியின் அழகை இறுதிவரை உருக வைத்து அனுபவித்தான். அதன்பின் ஹரிகிருஷ்ண சர்க்காரும் மாலினி தேசாயும் வாழ்க்கையிலும் பிரிக்க முடியாதவர்களாக மாறி னார்கள்.

ஆராய்ச்சிக்கு புறப்படுவதற்கு முன்பு நடந்த விவாதங்களில் ஒருமுறை ஹரி பேராசிரியரிடம் ஒரு விஷயத்தில் மட்டும் தன் ஒத்துழையாமையை வெளியிட்டான்.

''தாங்கள் சொன்ன விஷயங்களை எல்லாம் ஏத்துக்கறேன். ஆனா, மொழிய ஏன் உதறணும்? ஆதிக்குத் திரும்பிப் போவதற்கு மொழி எப்படி தடையாவும்?''

''மை டியர் பொயட். மனுஷ முன்னேற்றத்துக்கான அடிப்படையே மொழிதான். வாய் மொழின்னும் எழுத்து மொழின்னும் ஆக மொத்தம் ஏழாயிரம் வரைக்குமான மொழிங்க இந்த உலகத்துல இருக்கு. மனுஷன் இதுவரைக்கும் தேடின அறிவையெல்லாம் இந்த மொழிகள்லதான் பாதுகாத்து வைச்சிருக்கான். அது கணித மானாலும் சரி, அறிவியலானாலும் சரி. தான் கற்றத மொழிப்பூர்வ மான வடிவத்துலதான் பயன்படுத்தறான். அதனால மொழிய வைச்சிக்கிட்டு நம்மால ஒருக்காலும் ஆதிக்குத் திரும்ப முடியாது.''

''ஆனா, என்னால எப்படி மொழிய உதற முடியும்? நான் உண்ண றதும், சிந்திக்கறதும், ஏன் சுவாசிக்கறதும்கூட மொழிதானே? எனக்கு ஆறேழு மொழிங்க தெரியும். இந்த மொழிகள்ல உள்ள வார்த்தைகளோட தாளத்திலும் கவிதைகளோட நயத்திலும்தான் நான் ஆனந்தம் கொள்ளறேன். என்னால எப்படி இருவத்தியஞ்சு வருஷம் வரைக்கும் இதையெல்லாம் உதற முடியும்?''

''உங்கள நான் ஒருபோதும் நிர்ப்பந்திக்கல ஹரி. நூறு சதவீதமும் உங்களுக்கு சம்மதம்னா மட்டும் நீங்க எங்களோட வாங்க. ஆனா, ஒரு விஷயம் மட்டும் உண்மை. நீங்க கத்து வைச்சிருக்கிற இந்த ஏழு மொழிங்க மட்டுமில்லாம உலகத்துல இதுவரைக்கும் உருவாகாத ஒரு புது மொழிய கண்டுபுடிக்கிற ஓர் அபூர்வமான தேடல்தான் இது. புது சத்தங்களும் எழுத்துகளும் வாக்குகளுமுள்ள ஒரு மொழி அது. அதைக் கண்டுபுடிக்கணும்கற ஆர்வம் உங்களுக்கு மட்டும் இல்லீங்களா ஹரி?''

புதுமையைத் தேடிச் செல்லும் அந்தப் பயணத்திலிருந்து விலகுவதற்கு ஹரியால் முடியவில்லை. இதுவரையில் மற்றவர்கள் பயன்படுத்திச் சிதைத்த வார்த்தைகளைத்தான் தானும் உபயோகித்துள்ளோம் என்பதை நினைக்கும்போது ஹரியால் அந்த ஆராய்ச்சியை மறுக்க முடியவில்லை. முற்றிலும் நமக்கு நாமே உருவாக்கிக் கொள்ளும் புத்தம் புது சொந்த மொழி. அதில் முதலில் படைக்கப் போகும் படைப்புகள், படகில் மற்றவர்களுக்கிடையே தனித்தவனாக அமர்ந்து புதிய மொழியின் ஒலியியலை உருவாக்கிக் கொண்டிருந்தான் ஹரி.

தீவையடைந்ததும் முதல் பணியாக சிறிய உயிரினங்களின் ஒலிகளை மூலமாக்கி ஒரு புது மொழிக்கு உருவம் கொடுத்தான் ஹரி. அணிலும் குயிலும் மஞ்சள் கிளியும் மனிதனும் ஒரே மாதிரிப் பயன்படுத்தும் மொழி அது. விடியலையும் மாலையையும் பற்றி, பறவைகளையும் கடலையும் பற்றி, ஊர்மிளாவையும் மாலினியையும் பற்றி அவன் அந்த மொழியில் கவிதைகள் படைத்தான். மற்றவர்களெல்லாம் அவனுடைய அக்கவிதைகளைக் கவனமாகக் கேட்டார்கள். அவர்கள் இதுவரையில் கேட்டிராத மொழியில் பழக்கமில்லாத தாள வரிசையில் ஹரி உரக்கப் பாடியபோது அந்த ஒலிக்கதிர்கள் அவர்களின் ஆன்மாவுக்குள் இறங்கின. கவிதையானது மொழியை வளர வைக்கும் மனப்பூர்வமான ஓர் ஆனந்த உணர்வுதான் என்று புரிந்தது. இதயச் சுத்தியுடன் யாரோ மிகவும் நெருங்குவதைப் போன்ற தோற்றம். அக்கவிதைகளை மனனம் செய்யவும், தனிமையில் பாடிப் பார்க்கவும் முயன்றார்கள். அப்போதுதான் அந்த மொழியின் கஷ்டம் அவர்களுக்குப் புரிந்தது. ஒருமுறை பாடிய கவிதையை மறுமுறை பாடுவதற்கு ஹரியினாலேயே முடியவில்லை. கவிதைகள் சொல்லும் சூழ்நிலையை அனுசரித்துப் பொருள் மாறுவதைப் போல் வரிகளும் மாறத் தொடங்கின. என்றாலும், ஒரு பயிற்சியைப் போல் மாலை வேளைகளில் கடற்கரை மணல்திட்டுக்களில் படுத்துக் கொண்டு ஆகாயத்தை நோக்கியவாறு கவிதை பாடினான் ஹரி. வேறு சிலரும் சுற்றி நின்று பின்பாட்டாகப் பாடினார்கள்.

ஒலியின் புதிய தாளவரிசையாலும் பொருள் கொள்வதாலும் அவர்களை ஹரியால் தன்வசப்படுத்த முடியும் என்று கருதியிருந்தால் அது தவறாகியிருக்கும். காலம் செல்லச் செல்ல தன்னுடன் உள்ளவர்களுக்கிடையே கலாபூர்வமான எதிர்விளைவு குறையத் தொடங்கியது. அதற்குப் பதில், காமம் குரோதம் சுயநலம்

முதலான எண்ணங்கள் மிகவும் கூர்மையாக வெளிப்பட ஆரம்
பித்தன. தான் பாடுவதைக் கேட்க சுற்றிலும் யாரும் இல்லை
என்னும் நிலை வந்தபோதுதான் ஹரி கவிதை பாடுவதை
நிறுத்தினான். பத்து வருடங்கள் முடிவதற்குள்ளேயே, தான் முன்பு
கவிதை எழுதிக் கொண்டிருந்தவன் என்பதை நம்புவதற்கே
ஹரியால் முடியவில்லை. கடலில் இருந்து திறமையாக மீன்
பிடிப்பதற்கும், எதிரிகளைச் சாமர்த்தியமாக அடித்து வீழ்த்து
வதற்குமான ஒரு பலசாலியாக மாறினான். ஆரம்பத்தில் காமம்
அவனுக்கு ஒரு கலையாக இருந்தாலும், படிப்படியாக மிருகத்
தனமான ஆவேசத்துடன் பெண்களைத் தன்வயப்படுத்தினான்.
மாலினி பல சமயங்களிலும் அழுதாள். அவள் முதன்முதலாகப்
பார்த்த ஹரியும், அவள் மிகவும் விரும்பிய ஹரிகிருஷ்ண சர்க்கார்
என்னும் கவிஞனும் ஒரு காட்டுமிராண்டியைப் போல் நடந்து
கொள்வதை அவளால் பொறுத்துக் கொள்ள முடியவில்லை.

எல்லோரிடத்திலும் அவ்வாறான மாற்றங்கள்தான் ஏற்பட்டிருந்
தன. என்ன, பலரிடமும் பல அளவுகளில் அவை இருந்தன என்பது
மட்டும்தான் உண்மை.

பேராசிரியரிடம் மட்டும் அடிப்படையான குணங்களில் வெளியே
சொல்லும்படியான மாற்றம் எதுவும் ஏற்படவில்லை. முரட்டு
சபலங்களுக்குள் புகுந்து செல்லாத ஓர் உயர்ந்த மனநிலை
அவருக்கு உண்டாகி இருந்தது.

14

அன்வர் சையதின் கொலை

அன்வர் சையது அலிகட்டில் பிறந்தவன். அவன் தந்தை அலிகட் முஸ்லிம் பல்கலைக் கழகத்தில் பேராசிரியர். அவர் ஓர் உருதுப் பண்டிதர். இளமையில் இருந்தே மதத்தைவிட அறிவியல் படிப் பில் அதிகம் ஆர்வம் காட்டியவன் அன்வர். தான் நம்பாத எதையும் எதிர்க்கும் குணமுள்ளவன். இறுதியாண்டில் பட்டத்தை முழுமை யாக்குவதற்கு முன்பே இடதுசாரி அரசியல் நடவடிக்கைகளினால் அவன் பல்கலைக் கழகத்திலிருந்து வெளியேற்றப் பட்டான். அதன்பிறகு அலிகட்டிலிருக்கும், படிக்கவும் சிந்திக்கவும்கூடிய கொஞ்சம் இளைஞர்களின் எதிர்பார்ப்புக்குள்ளவனாக மாறினான். பத்தொன்பதாவது வயதுக்குப் பிறகு அன்வர் வீட்டில் தூங்கியதே இல்லை. கல்கத்தாவிலிருந்து வரும் சிறு பிரசுரங்களையும் ரகசிய சர்க்குலர்களையும் விநியோகம் செய்து மத இருளில் மயங்கிக் கிடக்கும் அலிகட்டை உணர்த்திக் கொண்டிருந்தான்.

இறுதியில் இந்திய பாகிஸ்தான் போர்க் காலத்தில் அலிகட்டிலிருக் கும் தீவிரவாத இளைஞர்களையெல்லாம் கைது செய்யத் தொடங்கியபோது அன்வர் தில்லிக்குத் தப்பியோடினான். தில்லியில் பல தொழில்களிலும் ஈடுபட்டபின் உபலேந்து சாட்டர்ஜியின் வீட்டு வேலைக்காரனாகச் சேர்ந்தான். அலி கட்டிலிருந்து தில்லிக்கு வேலை தேடி வந்த கல்வியறிவில்லாத ஓர் இளைஞனாகத்தான் அவன் அங்கே அறியப்பட்டான். வெகு நாள்கள் அவன் அங்கே அறியப்பட்டான். வெகு நாள்கள் வரையில் பேராசிரியருடன் பேசுவதற்குக்கூட அன்வருக்கு வாய்ப்புக் கிடைக்கவில்லை. வீட்டிலுள்ள நெருங்கிய உறுப்பினர் களிடம்கூட மிகவும் குறைவாகவே உரையாடும் பேராசிரியர் வேலைக்காரர்களைக் கவனித்ததுகூட இல்லை. ஒருநாள் இரவு ஏறக்குறைய இரண்டு மணிக்குத் தன்னுடைய எழுதும் அறையில் அமர்ந்து என்னென்னவோ குறிப்புகளை எழுதிக் கொண்டிருக்

கும்போதுதான், தன் கார் ஷெட்டுக்கு அருகிலுள்ள சிறிய அறையில் அமர்ந்து அன்வர் ரகசியமாக எதையோ வாசிப்பதைக் கண்டார் பேராசிரியர். தன் வேலைக்காரன் ஒரு சாதாரண நபரில்லை என்பதைப் புரிந்துகொண்ட உபலேந்து சாட்டர்ஜி, மறுநாள் காலையில் அன்வரை தன் அறைக்கு அழைத்தார்.

''உண்மைய சொல்லு, நீ யாரு? இங்க நீ எதுக்காக வந்திருக்கே?''

அன்வர் எதையும் மறுக்க முயற்சி செய்யவில்லை. எல்லாவற்றையும் மனம் திறந்து கூறினான்.

''உனக்கு உன்னோட வழி சரின்னு தோணுதா? சீனாவிலுள்ளதைப் போல கிராமங்களெல்லாம் இடம் மாறி நகரங்களைப் பிடிச்சு அடக்கற புரட்சி இங்க பயனளிக்குமா?''

''இங்குள்ள சூழ்நிலைகளும் வித்தியாசமானவைதான். ஆனால், அடிப்படைப்பூர்வமான யதார்த்தங்களுக்கு மாற்றம் உண்டாகல. காலம் பல சமயங்களிலும் ஒரு உறுப்புப் பொருளாகிவிடலாம். தேர்ந்தெடுக்கிற வழியும் லட்சியத்த நியாயப்படுத்துற நிலைமை தான் இங்கே. நமக்கு இங்க ஏராளமான கட்டுப்பாடுங்க உண்டு. தெளிவா மலர்ந்திருக்காத நிலப்பிரபுத்துவ நியதியிலேர்ந்து பக்குவப்படாத முதலாளித்துவத்துக்கான மாற்றம்தான் நம்மோடது. ரெண்டுமே அதனோட உண்மையான உருவத்த அடையாததால, அதற்கு எதிராக உள்ள மக்களோட எதிர்ப்புகளிலும் மாற்றங்கள் உண்டாயின. கொடுமையாளர்களும் சுரண்டல் பேர்வழிகளும் அதற்கே அடிமையாகறாங்கங்கறதப் பத்தி அவங்களே அறிஞ்சிருக்கல. இந்தியாவுல உள்ள அடிமைங்களுக்கு அதுவொரு ஆசுவாசம்தான். என்றாலும், தங்களோட உடைமைகளிடமும் எல்லையற்ற மதிப்பும் உண்டு. எல்லாம் விதின்னு நம்பி சொந்த வாழ்வுக்கே யாதொரு அர்த்தமும் தேடாம கொஞ்சம் பேருங்க உண்டு. இவங்களையெல்லாம் வச்சிக்கிட்டு எப்படி ஒரு புரட்சியை நடத்த முடியும்?''

''புரட்சி செய்யறது சில தனி மனுஷங்களோட தனித் தேவையாகிடக்கூடாது. அது மக்களோட விருப்பமா ஆகிவிடணும். மக்கள் அதில் ஆர்வப்படலேன்னா அப்புறம் அந்தப் புரட்சிக்கு என்னதான் பொருத்தமிருக்கு?''

''வரலாறுகள்ல இருக்கற சில தவிர்க்க முடியாத மாற்றங்கள் சில தனி மனுஷங்களோட ஆசைங்கள அனுசரிச்சோ இல்லே மக்கள்

இயக்கத்தோட ஆசைங்கள அனுசரிச்சோ நடக்கறதில்ல. நம்பிக்கைகளும் எண்ணங்களும் காட்டுத் தீயைப் போல பரவி வரலாற்ற அடிமைப்படுத்தறதுதான் வழக்கம். அங்கே மனுஷங் களால வரலாற்றோட ஒரு பகுதியா ஆக முடிஞ்சுதே தவிர வரலாற்ற தங்களுக்கு விருப்பமான வகையில மாற்றி திருப்பிக் கொள்றதுக்கு முடியறதில்ல. இந்தியாவுல உள்ள இன்றைய சூழ்நிலைகள்ல புரட்சியப் பத்தி சாதாரண புரிதல்களைப் பொருத்த மட்டுல பிரதிகூலமா இருக்கலாம். எதிர்ப்புச் சக்தி குறைஞ்ச மக்கள், கல்வியறிவில்லாமை, விதியின் மேலும் தெய்வத்தின் பேரிலும் உள்ள அளவற்ற நம்பிக்கை, இவையெல்லாம் ஒரு வெளிப்படையான மோதலுக்கு வாய்ப்பா இல்லாமப் போகின் றன. இருந்தாலும் எங்களுக்குன்னு எதிர்பார்ப்பு உண்டு. ஆனா, என்னிக்காவது இதெல்லாத்துக்கும் அனுகூல சூழ்நிலை ஒத்து வரும்னுதான் தோணுது.''

''உண்மைதான் அன்வர். உங்களுக்கு அந்த எதிர்பார்ப்புக்கான உரிமையுண்டு. ஆனா, நீங்க உத்தேசிக்கிற மாத்தத்துக்குப் பின்னால உண்டாகப் போகற சமுதாய நிலை எந்த அளவுக்கு விரும்பத்தக்கதா இருக்கும்? சுரண்டல் செய்யற அதிகாரம் நிலப்பிரபுத்துவ பிரபுங்களோட கையிலேர்ந்தும் முதலாளிங்க கையிலேர்ந்தும் மாறி கட்சிக்காரங்க கைகளுக்கும் ஆதிக்க அதிகாரிங்க கைகளுக்கும் போகும்கறதத் தவிர, திறமை அதிக முள்ளவன் குறைஞ்சவன அடிமைப்படுத்துற நிலைக்கு மாற்றம் ஏற்படுமா? கேள்வி கேக்கறவன சித்திரவதை முகாம்களுக்கு அனுப்பி இம்சை செஞ்சா உண்மையை மறைச்சு வைக்க முடியுமா? நீங்க ஆசைப்படற சமத்துவமும் சுதந்தரமும் இந்த மனவோட்டத்த செயல்படுத்தியுள்ள ஏதாவது நாட்டுல நடைமுறையில இருக்குதா?''

அன்வருக்குப் பதில் தடைப்பட்டது.

''அன்வர், நான் இப்படியெல்லாம் சொல்றதால என்னைத் தவறா நினைச்சிக்காத. நானும் உங்களைப் போன்ற வயசுல உங்களைப் போலவே சிந்திச்சவன்தான். அப்புறம் அந்த விஷயங்களைப் பத்தித் துருவித் துருவிப் படிச்சதாலும், மற்ற விஷயங்களைப் பத்தி அதிகமா வாசிச்சதாலும் சோஷியலிஸம்கற பேர்ல விளம்பரப் படுத்தற பலவும்கூட உண்மையில்லைன்னு புரிஞ்சுது. ரஷ்யா விலும், ஹங்கேரியிலும் நடக்குற சம்பவங்களோட யதார்த்த நடைமுறைகளைப் பத்தி உங்களுக்குத் தெரியுமோ? சிந்திக்கறவங்

களையும் எழுத்தறவங்களையும் சைபீரியாவுல உள்ள கடின உழைப்பு முகாம்களுக்கு கட்டாயமா அனுப்பப்படறாங்க. இலக்கியம் கற்றுத்தரும் பேராசிரியரை டிராக்டர் டிரைவராவும், சாதாரண விவசாயியான கட்சி செயலாளரின் சொந்தக்காரன பல்கலைக் கழக துணை வேந்தராகவும் நியமிக்கிறாங்க. அறிவு பூர்வமான திறமைக்கு அங்கீகாரமில்லாத எல்லாமே கட்சியோட தீர்மானங்கள அனுசரிச்சுப் போகும் அந்த சமூகத்துல எங்கேயிருக்கு சமத்துவம்? எங்கேயிருக்கு சுதந்தரம்?''

''உண்மைதான். நான் புரிஞ்சுக்கறேன். கனவுக்கும் நிஜத்துக்குமிடையில பெரிய வேறுபாடே நேர்ந்திருக்கலாம். ஆனா, வேற என்னதான் வழி! இருக்கறதுல நல்லதுன்னு நினைச்சி இத ஏத்துக்கறதுலதானே நிம்மதி.''

''வேற வழிங்களும் உண்டு. நான் அப்படிப்பட்ட வழிகள தேடிக்கிட்டிருக்கிற ஒருத்தன்தான். எல்லா விதமான கட்டுப்பாடுகளையும் உடைச்செறியற உன்னத சுதந்தரத்துக்கான வழி அது. அந்த வழிய நீங்க ஏத்துக்கத் தயாரா?''

அதைத் தொடர்ந்து ஆராய்ச்சியின் பல்வேறு அம்சங்களைப் பற்றி அவர்கள் வெகுநேரம் விவாதித்தார்கள். அது தீவுக்குப் புறப் படறதுக்கு மூன்று நாள்கள் முன்பாகும். அப்படித்தான் அன்வர் சையது அந்தக் குழுவின் கடைசி உறுப்பினனாக மாறினான்.

ஆல்ஃபாவை அடைந்த முதல் நாளிலேயே மற்றவர்களின் மத்தியில் அன்வருக்கு ஒரு தாழ்வுணர்ச்சிதான் தோன்றியது. கல்வியறிவிலும் சமூக நிலையிலும் தாழ்நிலை உள்ள காரணத்தால் மற்றவர்கள் தன்னை சமமாக மதிக்கவில்லையோ எனத் தோன்றியது. ஒவ்வொருவரும் ஜோடிகளாகப் பிரிந்தபோது அன்வர் தனிமையாகிவிட்டான். அப்போது தான் தீவுக்கு வந்ததே அபத்தமாகிவிட்டதோ என அவனுக்குத் தோன்றத் தொடங்கியது. இதுதான் சுதந்தரம் என்றால், எவ்வளவு சலிப்பான செயல் இது. அலிகட்டிலுள்ள தெருக்களில் எத்தனையோ பேர்கள் அவனுடைய வார்த்தைகளைக் கேட்பதற்காகக் காதுகளைக் கூர்மைப்படுத்தி நின்றிருந்திருக்கிறார்கள். தத்துவ ரீதியாக எதிர்ப்பவர்கள்கூட அவனைக் கண்டால் மதிப்பளித்துக் கொண்டுதான் இருந்தார்கள்.

அவன் தனக்கான ஆகாரங்களைத் தேடி மரங்களுக்கிடையே நடந்தான். கடைசியில் கிடைத்த சில காட்டுப் பழங்களைத் தின்றுவிட்டு ஒரு பாறைமேல் சோர்ந்து அமர்ந்தான். நான்கைந்து

தினங்களுக்குப் பின்தான் அவனால் ஒரு பெண்ணை சந்திக்க நேர்ந்தது. அஞ்சலிதான் அவனிடம் வந்தாள். பட்டாம்பூச்சியைப் போல் பறந்து திரிந்த அவள் ஐந்தாம் நாள் அன்வர் அருகில் வந்தாள். அதன்பின்தான் அன்வரும் மற்றவர்களைப் போல் எல்லாரோடும் பழகத் தொடங்கினான்.

ஒருநாள் காட்டுப் பழத்தின் அளவுக்கு மீறிய போதையில் உணர்விழந்து படுத்துவிட்ட அன்வரின் உடலை சிவப்பு எறும்புகள் வந்து மூடின. ஓர் இரவு முழுவதும் அப்படியே கிடந்த அன்வரை அருணா கிருபளானிதான் தற்செயலாகக் கண்டுபிடித்துக் காப்பாற்றினாள். அவன் உடலில் மூடியிருந்த எறும்புகள் முழுவதையும் அருணாதான் எடுத்து எறிந்துவிட்டு தேன் தடவி குளிப்பாட்டினாள். உடல் முழுவதும் தடித்து வீங்கிப் போயிருந்த அன்வர் சாதாரண நிலைக்கு வரவே ஒரு வாரம் ஆகிவிட்டது. தன்னுடைய சூடான முத்தங்களால் அவனுடைய வலியை ஒத்தி விலக்கினாள் அருணா. இறுதியில் எல்லாம் இயல்பான நிலைக்கு வந்தபோது அருணாவுக்கு அன்வரையும் அன்வருக்கு அருணாவையும் மிகவும் பிடித்துப் போய்விட்டது. ஆனால், ஆராய்ச்சியிலுள்ள விதிகளைத் தவறவிடாமல் அவர்கள் அதை சாமர்த்தியமாக மறைக்கவும் எல்லாரோடும் சகஜமாகப் பழகவும் செய்தார்கள்.

ஆல்ஃபாவுக்கு வந்து ஐந்தாண்டுகளுக்குப் பின் மனிதத்துவத்தின் அம்சங்கள் அத்தனையும் இழந்து எல்லோரும் மிருகங்களாக மாறியபோது, ஒருநாள் ஹரி அன்வர் சையதைக் கொன்று கொண்டிருந்தான். அதுவும் எல்லோரும் பார்த்துக் கொண்டு நிற்கும்போதே பிசாசைப் போல்... ஒன்றுக்கும் புண்ணியமில்லாத விவாதத்திலிருந்து தொடங்கிய தள்ளுமுள்ளானது, ஒரு கருங் கல்லால் அன்வரின் தலையில் அடித்து நசுக்குவது வரை போய் விட்டது. ஹரி அன்வரின் செய்கையை மன்னித்து இருக்கலாம். ஆனால், மன்னிக்கவும் புரிந்து கொள்வதற்குமான சக்தி அவர்களிடமிருந்து அதற்குள் போய்விட்டிருந்தது.

அருணா... அவள்தான் எல்லாவற்றுக்கும் காரணமாக இருந்தாள். பல சமயங்களில் அவள் ஆராய்ச்சியின் நியதிகளைக் காற்றில் பறக்கவிட்டிருந்தாள். அந்த விதிகளைத் தவறவிடுவதில்தான் அவள் சுதந்தரத்தைக் கண்டுபிடித்தாள். அன்று அருணா தன்னுடைய இரண்டு குழந்தைகளையும் மீதியுள்ள ஆராய்ச்சியின் பகுதியையும் உதறிவிட்டு அன்வருடன் எங்கேயாவது ஓடித் தப்பிப் பதற்குத் தீர்மானித்தாள். ஐந்தாண்டுக்குள் தீவு வாழ்க்கையானது

அவளுக்கு அந்த அளவுக்கு வெறுத்துப் போய்விட்டிருந்தது. தப்பிப்பதற்கான வழிகளைப் பற்றி தெளிவான வழியொன்றும் புலப்படவில்லை. எப்படியாவது தீவிலிருந்து வெளியேறிவிட வேண்டும். அதன்பின் ஏதாவது கப்பலோ படகோ வந்து காப் பாற்றினால் இழந்துவிட்டு வந்த வெளியுலகுக்குத் திரும்பிப் போய்விடலாம். இந்தத் திட்டம் அன்வருக்கும் சம்மதமாக இருந்தது. அருணாவைத் தவிர வேறு யாரும் அவனுடன் சம அளவில் பழகவில்லை. ஸ்வேதாவும் அஞ்சலியும்கூட ஆராய்ச்சி யின் தவிர்க்க முடியாத அங்கம் என்பதுபோல் அவனுடன் எப்போ தாவது படுத்தார்கள். ஆண்கள்கூட அவனை ஒரு வேலைக் காரனைப் போல் பார்ப்பதும், முடிந்த மட்டில் அவனிடமிருந்து ஒதுங்கி இருக்கவும் செய்தார்கள். அன்வர்தான் நான்கைந்து மரங்களை இணைத்து ஒரு கட்டுமரத்தை உருவாக்கினான்.

அதன்பிறகு ஒருநாள் காலையில் சூரியன் உதிப்பதற்கு முன் அருணாவையும் அழைத்துக் கொண்டு கடலில் இறங்கினான். அச்சிறிய கட்டுமரத்தில் அவர்களால் அதிக தூரம் செல்ல முடியவில்லை. வேகமாக அடித்த அலைகளில் கட்டுமரம் தகர்ந்தபோது, கரையை நோக்கி நீந்துவதைத் தவிர தப்பிப்பதற்கு வேறு வழியில்லாமல் போய்விட்டது. ஆராய்ச்சியின் குறிக் கோளை அழிக்க முயன்ற அவர்களை எல்லோரும் வெறுத்தார்கள். முதலில் எதிர்த்து நின்ற அன்வர் பின்பு எல்லோரிடமும் மன்னிப்புக் கோரி அழுதான். ஆனால், ஹரியால் அவனை மன்னிக்க முடிய வில்லை. வெறிபிடித்த காட்டெருமையைப் போல் அன்வரை ஒரு கருங்கல்லால் அடித்து நசுக்கிக் கொன்றான் ஹரி. ஆல்ஃபா கடற்கரையில் முதன்முறையாக இரத்தம் சிந்தியது. சில தினங்கள் வரை யாரும் யாரையும் கவனிக்கவில்லை. அருணா கிருபளானி அவர்களுக்கிடையே ஓர் ஒற்றுக்காரியைப் போல் வெளியேற்றப் பட்டாள். அவள் தனிமையில் அலைந்து திரிந்து பைத்தியம் பிடித்து ஐந்தாறு ஆண்டுகளுக்குப் பின் இறந்தாள்.

15

அருணா கிருபளானி

அருணா கிருபளானி ஜாதவ்பூர் பல்கலைக் கழகத்தில் உதவி நூலகராகப் பணிபுரிந்தாள். கல்கத்தாவின் நெருக்கடி மிக்க வாழ்க்கையில் இருந்து ஒதுங்கி, பல்கலைக் கழகத்துக்கு அடுத்தாற்போல் தாய் மாமன் வீட்டில் தங்கியிருந்தாள். அந்த வீட்டில்கூட ஒரு 'பேயிங் கெஸ்டி'ன் தகுதிதான் அவளுக்கு. அவள் விஷயத்தில் எந்தவொரு அக்கறையும் செலுத்தாமல் மாதம் பிறந்தவுடன் கறாராகப் பணம் பிடுங்குவதில்தான் அவளுடைய அத்தையும் குறியாக இருந்தாள். அருணாவின் தாய், அவள் சிறுவயதாக இருந்தபோதே இறந்துவிட்டாள். தந்தையோ சூரத்தில் ஒரு குஜராத்தி தொழிலதிபரின் அக்கவுண்டன்டாக இருந்தார். அவள் இளமையில் படித்ததுகூட கன்யாஸ்திரிகள் நடத்தும் ஒரு கான்வெண்டில்தான்.

இளமையில் எல்லாவற்றைப் பற்றியும் வெகுவாக வாசித்துக் கொண்டிருப்பாள் அருணா. பங்கிம் சந்திரர் முதல் வங்க மொழி யிலுள்ள எல்லா முக்கியப் புத்தகங்களையெல்லாம் உயர்நிலைப் பள்ளி வகுப்புகளில் படிக்கும்போதே வாசித்து முடித்திருந்தாள். அதன்பின், மேற்கத்திய இலக்கியங்களில்தான், அவள் வாசிப்பு. கல்லூரி நூலகத்தில் அதிக நேரமும் அமர்ந்து அமர்ந்தே அவளுக்கு நூலகத்திடம் வேறு எதனிடமும் இல்லாத ஒரு நெருக்கம் தோன்றியது. நூலகமே அவளுக்குச் சொந்த வீடுபோல் ஆகி விட்டது. அவளுக்கு அதிர்ஷ்டம் என்றுதான் சொல்ல வேண்டும். அங்கேயே வேலையும் கிடைத்துவிட்டது.

நூலகப் பணியைத் தொடங்கியதுமே அவளுடைய வாசிப்பானது இலக்கியத்திலிருந்து தத்துவவியலில் தாவியது. அதன்பின், கதை, கவிதைகளைவிட அதிகமாகச் சமூகத்தின் புதிர்களைப் பற்றி வாசிக்கவும் அறிந்துகொள்ளவும் விரும்பினாள். அப்போது

ஜாதவ்பூரில் கம்யூனிஸம் படரும் காலம், மக்களாட்சியின் செயல் பாடுகளில் புதிய தலைமுறையினருக்கு திருப்தியும் நம்பிக்கையும் இல்லாமல் போய்விட்டது. ஒரு சூறாவளி வேகத்தில்தான் அவர்கள் ஆட்சி மாற்றத்தில் ஆர்வப் பட்டார்கள். அருணாவும் அவர்களின் சக பயணியாக மாறினாள். வேலையில் அமர்ந்த மூன்றாம் ஆண்டில் அவளுக்குத் திருமணமாயிற்று. மிஸ்டர் கிருபளானி பல்கலைக் கழகத்திலேயே கணிதப் பேராசிரியராகப் பணிபுரிந்தார். ஆனால், திருமணம் முடிந்து மூன்றே மாதம்தான் ஒன்றாக வாழ்ந்தார்கள். அதன்பின் பிரிந்துவிட்டார்கள். அருணா வின் அரசியலோடும் வாழ்க்கை முறையோடும் அவனால் ஒத்துப் போக முடியவில்லை. அவளும் மீண்டும் வாசிப்போடும் முற் போக்கு சிந்தனையோடும் நூலகத்தோடுமாக காலம் கழித்தாள்.

அருணாவின் தாய்மாமன் பேராசிரியரின் ஊர்க்காரன். கரக்பூருக்கு அருகில் ஒரு வங்காள கிராமம். அவர்கள் இருவரும் இணைந்தே பள்ளியில் படித்தார்கள். அன்றே படிப்பில் கெட்டிக்காரர் உபலேந்து. அவர் தில்லியில் வாழத் தொடங்கிய பின்பும் எப்போதாவது கிராமத்துக்கு வருவதுண்டு. அப்படி ஒருமுறை வீட்டுக்கு வந்தபோதுதான் அருணாவைப் பார்த்தார். அவளிடம் ஏதோவொரு தனித்துவம் இருப்பதாகப் பேராசிரியருக்குத் தோன்றியது. அவளின் பேச்சிலிருக்கும் நேரிடையான அண்மை யும் தன்னம்பிக்கையும் அவளை மற்றவர்களிடமிருந்து வேறு படுத்திக் காட்டியது.

அதன்பின் அருணா பேராசிரியருக்கு அவ்வப்போது கடிதம் அனுப்பிக் கொண்டிருந்தாள். அதிகம் வாசிக்க வாசிக்க அவளுடைய சந்தேகமும் அதிகரிக்கத் தொடங்கியது. ஒரு சந்தேகம் தீரும்போது அடுத்தது இன்னும் கொஞ்சம் வலு வானதாகத் தோன்றும். தான் இதுவரையில் படித்தப் புத்தகங்களி லிருந்து அவளுக்குத் திருப்தி கிடைக்கவில்லை. பேராசிரியரின் பதில்களில் பலவும் அவளால் ஏற்றுக் கொள்ள முடியாதவை யாகவும் இருந்தன. இந்த உலகம் முழுவதிலும் பலவகைப் பட்டவர்களாக, பல மதங்களில் நம்பிக்கையுள்ளவர்களாக, பல மொழிகள் பேசக்கூடியவர்களாக இருந்தார்கள். ஆனால், உயிரியல்பூர்வமான எல்லோருடைய தொடக்கங்களும் ஒன்றே யாகும். வேண்டுமானால், அவர்களால் எவ்வளவோ சமாதான மாகவும் மகிழ்ச்சியாகவும் வாழ முடியும். ஆனாலும், உண்மையில் நடப்பதென்னவோ போரும் கலவரங்களுமாகும். பலசாலி, அது குறைந்தவன் மேல் ஆதிக்கம் செலுத்த சகலவிதமான தந்திரங்

களையும் பயன்படுத்துகிறான். மதிப்பு, மரியாதை, நட்பு முதலானவை வெறும் உபசார பிரயோகங்களாக மாறி கீழே இறங்கவும், மிருகத்தனமான சுயநலம் ஆதிக்கம் செலுத்தவும் மேலோங்கவும் செய்கின்றன. நிலைத்திருக்கும் மதங்களும் மற்ற சித்தாந்தங்களும் மனிதனிடமுள்ள இந்த மிருகத்தன்மையை தெளிவுப்படுத்துவதில் வெற்றி பெறவுமில்லை. பல சமயங்களில் தர்மத்தை மீண்டும் நிலைநாட்டுகிறோம் என்னும் நியாயத்தின் பேரில் சதியும் வஞ்சனையும் தெய்வத்தின் கட்டளைகளாக்கப் படுகின்றன. இந்த வகையில் தவறு எங்கே நேருகிறது? உன்னதமான சத்தியம் என்பது என்ன? அந்தக் கேள்வியானது அவளுடைய பல கடிதங்களிலும் தொடர்ந்து கொண்டிருந்தது. இதற்கு ஒருமுறை பேராசிரியர் கடிதம் ஒன்று எழுதினார்:

''நீ மிகவும் அதிகமாகப் படிக்கிறாய், அருணா. பலரும் அவரவர்களுக்கான திறமையை வைத்துப் பெற்ற அறிவியலால்தான் அப்புத்தகங்களை எழுதியுள்ளார்கள். அவை உன்னை உன்னதமான சத்தியத்துக்குக் கொண்டு செல்லப் போவதில்லை. உன்னைப் போன்றவர்களோ, உன்னைவிட மோசமாகச் சிந்திப்பவர்களோ எழுதிய புத்தகங்களை நீ இனிமேல் படிக்க வேண்டும் என்பதில்லை. இந்த வயதுக்குள் வாசிப்பதற்கும் மேலாகவே இதுவரையில் நீ படித்து முடித்துவிட்டிருக்கிறாய். அதனால், இனிமேல் மனத்தை சூனியமாக்கிக் கண்களை மூடி படுத்துப் பார். அப்போது நீ கண்டு கொள்வதை தெய்வமென்றோ ஆத்மாவென்றோ இன்னும் எப்படி வேண்டுமானாலும் அழைத்துக் கொள்ளலாம்.''

அதன்பின் சில நாள்கள் வரை அவள் பேராசிரியருக்குக் கடிதம் அனுப்பவில்லை. அவருடைய அறிவுரையை ஏற்றுக் கொள்ளவுமில்லை. அதே வேளையில் புத்தகங்களை ஒதுக்குவதற்கும் அருணாவால் முடியவில்லை. ஆனால், அவளுடைய வாசிப்பு பைபிளுக்கும் கீதைக்குமாகத் திரும்பியது. பாவத்தையும் தர்மத்தையும் பற்றிய சிந்தனைகளாக அவள் தன் நூலக வாழ்க்கையை நகர்த்தினாள்.

''நீ ஒருமுறை அவசரமாகவும் அவசியமாகவும் தில்லிக்கு வரணும். உன்கிட்டே ரொம்ப முக்கியமான சில விஷயங்களைப் பத்தி பேச வேண்டியதிருக்கு'' என்று பேராசிரியரின் தொலைபேசி அழைப்பு வந்தபோது, அருணாவால் உடனே புறப்படாமல் இருக்க முடியவில்லை. அவள் ஒருவார விடுப்பில் தில்லியை அடைந்தாள். அங்கே பேராசிரியர் சொன்னவையெல்லாம்

ஆல்ஃபாவில் நடைபெறப் போகும் ஆராய்ச்சியைப் பற்றியதாகத் தான் இருந்தது. அவளுக்கு ஆரம்பத்திலேயே அதில் பெரும் அக்கறைத் தோன்றியது.

''சரி, எல்லாத்தையும் மீண்டும் ஆதியிலேர்ந்து தொடங்கணும்னு சொல்றீங்க. அதன்மூலமா தாங்கள் என்னத்த அர்த்தப்படுத்தப் போறீங்க? நம்மோட புரிதல்களையும் பண்பாட்டையும் மனசு வந்து இனிமே ஒதுக்கித் தள்ள முடியுமா? அப்படிச் செய்யறதால அதுவே ஒரு நடிப்பு மாதிரில்லே ஆயிடும்? நம்ம ஒவ்வொருத்த ரோட மனசிலும் மரத்துப் போன மாதிரி ஆகிவிட்ட பண்பாட்ட எப்படி அதிலேர்ந்து மாத்த முடியும்?''

''கொஞ்சம் கஷ்டமான விஷயம்தான். கடுமையான மனக்குழப் பமும் உண்டாகலாம். ஆனா, நமக்கு இப்போ தவறுன்னு தோணுற பல விஷயங்களும் போவப் போவ சரியா ஆயிடும். இல்லேன்னா சரியையும் தவறையும் வேறுபடுத்தற நம்ம மனநிலைக்கும்கூட மாத்தத்த வரவழைக்க வேண்டியதாவும் இருக்கலாம்.''

''வேதியியல்ல உள்ள ஆராய்ச்சியைப் போன்றதா மனுஷனோட விஷயம். நாம உத்தேசிக்கிறது மாதிரி நாமெல்லாம் நடந்து கொள்ளணும்கறதும் இல்ல. நாம நம்ம மேலேயே வற்புறுத்திக் கிற தீர்மானங்கள சில குறைஞ்ச கால அளவுங்கள்லேயே சுலபமா செயல்படுத்திக்கவும் முடிஞ்சிருக்கலாம். ஆனா, இவ்வளவு நீண்ட கால அளவுல நாம நிக்க முடியுமாங்கறதுதான் என்னோட சந்தேகம்.''

''முடியணும். அதுக்கான மனபலம் உள்ளவங்கதான் எனக்கு வேணும். அருணா, நான் தேட நினைக்கறது மனுஷங்களோட குணங்களையோ எண்ணங்களையோ விலங்கு போடறதுக்கு இல்ல. அதையெல்லாம் ரொம்பவும் இயல்பா திறந்து விடறதுக்கு தான். மனுஷன் தன்னைத் தானே கட்டுப்படுத்திக்க முயற்சிக்கிற போதுதான் சில கட்டங்கள்ல தோல்வியடையறான். நான் சொல்றது அந்தக் கட்டுப்பாடுங்கள உடைச்செறியறதுக்குதான், இந்தச் சமூகத்துல மரியாதையோட வாழறதுக்கு நீங்க அனுபவிக் கிற மன அழுத்தத்த விட அந்த வகையில வாழறபோது உண்டாகற அழுத்தம் குறைவாத்தான் இருக்கும்.''

''என்னால நம்ப முடியல.''

''உன்னோட மனம் அந்த வகையில உருவகப்படுத்திக் கொண்ட தாலதான் அப்படி. இன்னும் சொல்லப் போனா உன்னோட மனம் மட்டுமல்ல அப்படி. இந்த உலகம் முழுமைக்குமான மனநிலையும் அப்படிப்பட்ட ஆசாரம், வாழ்க்கை முறைங்களோட அடிப்படையிலதான் உருவகப்பட்டிருக்குது. அதையெல்லாம் தவிர்த்துட்டு சிந்திக்கறதுக்கோ, வாழறதுக்கோ முடியும்கிற நம்பிக்கைக்கூட உங்களுக்கு இல்லாம போயிட்டிருக்குது. அதிலேர்ந்துதான் நான் ஒரு மாத்தத்த எதிர்பாக்கறேன்.''

அவருடைய கருத்தை அருணாவால் அங்கீகரிக்காமல் இருக்க முடியவில்லை. பல்கலைக் கழகத்துக்கு ஒரு ராஜினாமா கடிதம் கூட அனுப்பாமல் அவள் ஆல்ஃபாவுக்குப் புறப்பட்டுவிட்டாள். அப்போது அவள் கையில் தான் நான்காம் வகுப்பில் படிக்கும் போது கான்வென்ட் மதர் கொடுத்திருந்த சிறிய பைபிள் மட்டுமே இருந்தது. அவள் அதிலுள்ள ஒரு வரியை மீண்டும் மீண்டும் வாசித்தாள்:

> "Blessed is he whose transgression is forgiven
> whose sin is curved."
>
> ''எவன் ஒருவனுடைய அத்துமீறல் மன்னிக்கப்படுகிறதே,
> பாவம் தொலைக்கப்படுகிறதோ, அவன் ஆசிர்வதிக்கப்
> பட்டவன் ஆவான்.''

இறுதியில் எல்லோருடனும் சேர்ந்து ஆல்ஃபாவில் இறங்கிய போது அவள் அந்நூலைப் படகிலேயே விட்டுவிட்டாள். அதோடு அருணாவுக்கு வாசிப்பின் கடைசி சங்கிலியும் அறுந்தது.

தீவில் ஆரம்ப தினங்கள் அருணாவுக்கு மிகவும் சலிப்பாகத்தான் இருந்தன. பட்டாம்பூச்சிகளையும் பச்சோந்திகளையும் கவனித்துக் கொண்டும், சிலந்தி வலைகளில் அகப்பட்டுக் கொண்ட ஜீவன்களின் துடிப்பைக் கண்டுகொண்டும் அவள் ஒருவிதமாக நாள்களைக் கழித்தாள். அதன்பின் பிரதீபனோடும் கிறிஸ்டோபரோடும் உறவு பூண்டு அவள் புதிய வாழ்க்கை முறைக்கு மாறினாள். ஆனால், அவள் அந்த வாழ்க்கையை ஒருபோதும் அனுபவித்து மகிழவில்லை. மாலினியைப் போல் அந்தச் சுதந்தரத் தன்மையை ஒரு போதையாக உட்கொள்ள முடியாமல் போய்விட்டது அருணாவுக்கு. ஆராய்ச்சிக்காக மாற்றத்தை அங்கீகரித்தாலும் அவள் மனம் கவுரவமாகச் சிந்திக்கும் திறனுடைய ஒரு வங்காளி பெண்ணினுடையதாகத்தான் இருந்தது.

அன்வரை எறும்புகளிலிருந்து காப்பாற்றிய பின் அவளுக்கு அவனிடம் ஒரு தனிப்பட்ட நெருக்கம் தோன்றியது. அதுவும் அன்வரில்லாமல் வாழ முடியாததுபோல. சம்பிரதாயத்துக்காக மற்றவர்களுடன் நியதியை அனுசரித்து உறவு கொள்ளும் போதெல்லாம் அவள் மனத்தில் அன்வர்தான் இருந்தான். கடைசியில் தனக்குப் பிறந்த இரண்டு குழந்தைகளிடமும் எதிர்பார்த்த அளவுக்கு அறிவும் உடல் வளர்ச்சியும் இல்லாமல் ஆனதால் அவளுக்கு இந்த ஆராய்ச்சியின் மேலேயே வெறுப்புத் தோன்றியது. ஆராய்ச்சியின் அந்திமத்தில் ஏற்படப் போகும் பலனைப் பற்றிய பீதியும் அவளை நிலைகுலையச் செய்தது. அராஜகமான சுதந்தரம் அடிமைத்தனத்தைவிட ஆபத்தானது என்றும் இந்தக் கண்ணியிலிருந்து எவ்வளவு விரைவில் தப்ப முடியுமோ அவ்வளவு விரைவில் தப்பிவிட வேண்டும் என்றும் அவள் தீர்மானித்தாள். அந்த விஷயத்தில் அன்வரும் அவளைவிட அதிகமாகவே நிர்ப்பந்தித்தான். கடைசியில் எல்லாமும் தோல்வி யடைந்ததும் நிராசையாகி அவள் தீவில் அலைந்து திரிந்தாள். அருணா சிறிய சுள்ளிகளால் வெறுப்புடன் மணல் திட்டில் எழுதினாள்:

"உன்னதமான சுதந்தரம் என்பது பொய்யானதாகும்."

ஒரு மொழியில் எழுதிய வரிகளைக் கடலலைகள் வந்து அழிக்கும் போது மற்றொரு மொழியில் எழுதினாள். மூன்று நான்காண்டு களுக்குப் பின் எல்லோரிடமிருந்தும் தனிமைப்பட்டு, ஒரு முழுப் பைத்தியமாகி தீவின் ஏதோவொரு மூலையில் கிடந்து உயிர் விட்டாள். சாகும்போது அருணாவுக்கு முப்பத்தியெட்டு வயது தான் ஆகியிருந்தது.

16

ஸ்வேதா தாஸ்குப்தா

ஆல்ஃபா உண்மை, நட்பு ஆகியவற்றின் பிரதிபலிப்பாக இருந்தது. சூரியனும் சந்திரனும், நட்சத்திரங்களும் மாறி மாறி தங்களின் ஒளிக்கீற்றினால் அச்சிறிய தீவையே செல்வீகமாக்கின. பல வண்ணப் பட்டாம்பூச்சிகள் பூக்களிலிருந்து பூக்களின் மேல் பறந்து திரிந்தபோது, ஆராய்ச்சிக் குழுவிலேயே மிகவும் அழகானப் பெண் அதனை நோக்கி ஒரு சிறிய குழந்தையைப் போல் நின்றுவிட்டாள். 'கதக்'கின் வேகமான அசைவுகளையும் 'ஒடிஸி'யின் வசீகரத்தையும் ஒருங்கே தன் வசப்படுத்திக் கொண்ட ஸ்வேதா, பரதநாட்டியக் காட்சியைப் பற்றி ஓர் ஐரோப்பிய ஃபெலோஷிப்புடன் சேர்ந்து ஆராய்ச்சி செய்து கொண்டிருந்தாள். நடனம் வெறும் அங்க அசைவுகளும் பாவனை வெளிப்பாடுகளும் மட்டும் அல்லவென்றும், அது சமூகத்தின் பண்பாட்டுத் தரிசனத்தின் கொடை என்றும் அவள் நம்பினாள்.

இந்தியாவின் முக்கிய நகரங்களிலெல்லாம் தன்னுடைய நடன நிகழ்ச்சிகளை ஸ்வேதா நடத்தி இருக்கிறாள். பாரம்பரியமான நடனம் கலையை அதன் சடங்குமுறைகளிலிருந்து விடுவித்து தனக்கேயுரிய முறையில் அமைத்து அளிப்பதில்தான் அவளுக்கு ஆர்வம். ஒரு கலையை சில பரம்பரையான குறிப்புகளில் உறுதிபூண்டு அதேபோல் மீண்டும் திருப்பிச் செய்வதில் திறமை இல்லை என்றும், புதிய குறிப்புகளை மலரச் செய்வதுதான் புத்திச் சாதுர்யம் என்றும், அந்த அறிவுபூர்வமான அம்சம்தான் கலையை சடங்குமுறையிலிருந்து வேறுபடுத்துகிறது என்றும் அவள் கருதினாள்.

சலங்கையின் கிலுக்கத்தைப் போல் ஸ்வேதா பேசும்போது அவள் கூறும் விஷயத்தைவிட அவள் சொல்லும் முறையின்

ஈர்ப்புத் தன்மைதான் மற்றவர்களால் கவனிக்கப்படுகிறது. அதைக் கேட்டுக் கொண்டு அமர்ந்திருக்கும் சந்தோஷ், அவளே சிந்திக்காததையும்கூட அர்த்தப்படுத்தி விவாதிப்பதுண்டு. கலை வடிவங்களில் முறையாக உண்டாகும் வளர்ச்சியானது சாஸ்திரத்தின் முன்னேற்றம் போலவே மனிதப் பண்பாட்டின் முற்போக்கு லட்சணமும் இருக்குமென்பது ஸ்வேதாவின் சிந்தாந்தமாகும். ஆப்பிரிக்கக் காட்டுவாசிகளின் முரட்டுத்தன மான தாளங்களில் இருந்து வளர்ந்து மெல்லிசையான ரவீந்திரரின் இசைக்குச் செல்லும்போதும், லத்தீன் அமெரிக்கா வின் உஸாபா நடனங்களிலிருந்து சிருங்காரம் முதன்மையாக உள்ள பரத நடனக் குறிப்புகளுக்குள் நுழையும்போதும் நாகரிகமான முன்னேற்றம்தான் உண்டாகிறது. நடனத்தில் துரித அசைவுகளிலிருந்து மெல்லிய அசைவுகளுக்கும் கண்களுக்கும் முகத்துக்கும் முக்கியத்துவம் அளிக்கும் அபிநய முறைக்குமுள்ள வளர்ச்சியும் அதே போன்றதுதான். ஆனால், சந்தோஷால் அவை எதையும் ஏற்றுக் கொள்ள முடியவில்லை. சாஸ்திர வளர்ச்சி யுடன் ஈடுபடும்போது கலை வடிவங்களிலுள்ள வளர்ச்சியை வெறும் வேறுபாடுகளாக மட்டும்தான் அவனால் காண முடிந் தது. அவர்களுடைய விவாதத்தின் அடிப்படையும் அதுவாகத் தான் இருந்தது. சந்தோஷின் அறிவியல் பூர்வமான பகுப் பாட்டுக்கு ஸ்வேதாவின் கலா சங்கல்பம் ஒருபோதும் ஒத்துக் கொள்ள முடியாததாக இருந்தது.

ஆராய்ச்சிக்குப் புறப்படுவதற்கு முதல் நாள்தான் சந்தோஷ் ஸ்வேதாவைப் பேராசிரியரிடம் அழைத்துச் சென்றான். அதுவரையில் அவர்கள் கடிதங்கள் மூலமும் போன் மூலமுமாகவும்தான் தொடர்பு கொண்டிருந்தார்கள். சந்தோஷின் தோழி, நல்லதொரு நடனக்காரி, அதிகம் சிந்திக்கக் கூடியவள் என்னும் நிலையில்தான் ஸ்வேதா பேராசிரியரிடம் நெருங்கி னாள். ஆனால், முதல் நாளிலேயே இப்படிச் சொல்லப்பட்டவை ஒன்றும் முக்கியமில்லை என்றும், அதற்கும் மேலாகவே வேறு என்னவெல்லாமோ உண்டென்றும் அவரை நம்ப வைப்பதற்கு அவளால் முடிந்தது.

''என் பேரு ஸ்வேதா. சலங்கையொலியினால வாழ்க்கைக்கு அர்த்தம் காண முயலுபவள். தாங்கள் கூறும் சத்தியம்கறது பூதக் கண்ணாடியின் ஒரு முனையிலேர்ந்து பார்க்கும்போது ரொம்பப் பெரிசாகவும் மறுபக்கத்திலேர்ந்து முற்றிலும் சிறிசாவும் தெரியற ஒரு மாயைதானுங்களே, சார்?''

''அதப் பூதக் கண்ணாடி மூலமா பார்க்கறதாலதான் அப்படித் தோணுது, கண்ணுக்கு முன்னால தொங்கிக்கிட்டிருக்கிற எல்லா கண்ணாடிங்களையுமே கழட்டி எறிஞ்சுட்டாலே நம்மால யதார்த்தத்தக் காண முடியும்.''

''ஆனால், நாமெல்லாம் பார்த்துக் கொண்டிருக்கிறதும், பார்க் கறதுக்குக் கற்றுக் கொண்டதுமெல்லாம் பலவகைக் கண்ணாடி களின் மூலமாத்தானே? கண்ணாடிங்க இல்லாத காட்சியப் பத்தி நாமெல்லாம் சிந்திக்கக்கூட முடியாத நிலைமையிலதானே இருக்கோம். அதுவும், பிறப்பிலிருந்தே வாழ்க்கையோட பல காட்சிகளையும் கண்ணுல உள்ள கருவிழி மேல பலவகை காண்டாக்ட் லென்ஸ பொருத்தியதுபோல. நமக்கெல்லாம் காட்சி ஒரு அவசியமானதுங்கறதைவிட ஒதுக்கித் தள்ள முடியாத ஒரு மோகமாகவே ஆகிவிட்டிருக்குது.''

''பார்க்கறவன் கண்கள்லதான் காட்சியும். கண்கள்ல உள்ள ரெட்டினாவிலேர்ந்து மூளைக்குப் போற மாதிரி. அங்கதானே மனம்கிற மற்றொரு மாயையும் இருக்கு. விழித்திரையில பதியற பிரதிபிம்பங்கள நமக்களிக்கிற அறிவானது சத்தியம்தான்னு நம்மை நம்பத் தூண்டுற பல்லாயிரம் செல்களும் இங்கதான் இருக்கு. இந்தக் காட்சிதான் நமக்கு சமுதாய உணர்வையும் உண்டாக்குது. நம்மைச் சுத்தியுள்ள பொருளுங்களப் பத்தி, மனுஷங்களப் பத்தி, அவங்களோட செயல்முறைங்களப் பத்தி என எல்லாத்தையும் நாம காட்சிங்களின் மூலமாகவே அறிஞ்சு கொள்ளுகிறோம்.

ஆனா, அந்தக் காட்சிங்கக்கூட பல சமயங்களிலும் உண்மையி லேர்ந்து விலகியும் மாயமுமாக இருக்கின்றன. ஒரு தாயோட அழகான மார்பகங்கள் சின்னக் குழந்தைங்களுக்கு ஆகாரம் அளிக்கும் இடம்னா, அது அவளோட கணவனுக்குக் காமத்தத் தூண்டுற சின்னமாயிடுது. மனுஷனுக்கு இந்த மாதிரியான ஒவ்வாத் தன்மையிலேர்ந்து ஒருபோதும் விடுதலை இல்லை. அதனால, நாம எல்லா கண்ணாடி வில்லைங்களையும் ஒதுக்கி னாலும் கண்ணுல உள்ள கருவிழியானது ஒரு கண்ணாடித் துண்டாக மாறி சத்தியத்தை ஒரு மாயா பிரதிபிம்பமாக்கித்தான் விழித்திரையில பதிய வைக்கிறது.''

''ஒரு நர்த்தகியோட அங்க அசைவுங்க எல்லா சமயங்களிலும் தெளிவானதொரு பொருள உட்படுத்த முயற்சிக்கறதுண்டு.

மான், தாமரையோட முத்திரைங்களுக்குக் காட்டையும் விடியலையும் மறைமுகமா சுட்ட முடியறதைப் போல, பல்வேறு முத்திரைங்களுக்கு சந்தர்ப்பத்தையொட்டி, பொருள் வேறுபாடுங்கள கைப்பற்றுவதிலும், அதையெல்லாம் அதிகமாகவே கலந்து பிரயோகம் செய்யறதிலும் நாம தேடிய வளர்ச்சியானது மனுஷ முன்னேற்றத்தில உள்ள ஒரு முக்கிய வரவுதான். அறிவியல் முன்னேற்றத்தப் போல, கலா முன்னேற்றத்தையும் அங்கீகரிக்காம இருக்க முடியாது. தங்களோட ஆராய்ச்சியில சொல்ற மாதிரி நாம கலாபூர்வமா தேடியதால, அவை தெளிவா விவரிக்க முடியாத சப்த வரிசைங்களாவும் அங்க அசைவுங்களாவும் பொருளற்றவைங்களாவும் ஆகிவிடும்.''

''அப்படித்தான் ஆவணும். இதுவரைக்கும் உருவகப்படுத்தின பொருளுங்க வரிசையிலேர்ந்து வித்தியாசமான ஒரு கலை வகையானது அவ்வாறுதான் உருவம் பெறும்.''

''நிச்சயமா. நீயும் தீவுல இறங்கற நிமிஷத்திலேர்ந்து எல்லாத்தையும் மறந்துடு, ரொம்ப சாதாரண மனுஷியா இயல்பாவே வாழத் தொடங்கிடு. சில சமயம் புதிய கலையோட பொருளைக் கண்டு புடிக்கறதுல அந்தக் கலையோட தொடர்பில்லாத எனக்கு, அறிவியல் யதார்த்தங்களக் கண்டுபுடிக்கிறதுக்கு உன்னோட உதவியும் இருக்கலாம் ஸ்வேதா.''

ஸ்வேதாவால் தான் கற்ற கலையை உதறித் தள்ள முடியவில்லை. அவற்றையெல்லாம் மனத்தால் மறக்க முயன்றாலும், அவளுடைய நிற்றலிலும் நடப்பிலும் ஏன் ஒவ்வோர் அங்க அசைவுகளிலும்கூட நடனத்தின் சுவாதீனம் தெளிவாகவே தெரிந்தது. சிறிய மார்பகங்களும் சிறுத்த இடையும் உள்ள அழகி. குறைந்த உயரமும் மெல்லிய உடல்வாகும் கொண்ட அவளுடைய நிர்வாண அழகானது பேராசிரியரைத் தவிர அந்தக் குழுவிலுள்ள மற்ற எல்லா ஆண்களையும் மிகவும் உணர்ச்சி கொள்ளத் தூண்டியது.

ஆரம்ப நாள்களில் பல சமயங்களிலும் தினந்தோறும் ஒன்றுக்கு மேற்பட்ட நபர்களுடன் உறவு கொள்ள அவள் நிர்ப்பந்திக்கப் பட்டாள். உறவில் மற்ற எல்லோரையும்விட முதன்மை பெற்றிருந்த அவள் ஒவ்வோர் ஆணையும் ஆனந்தத்தின் எல்லைக்கே அழைத்துச் சென்றாள். மனோகரமான கண்களாலும் கன்னங்களாலும், மென்மையான அர்த்தமிக்க மனமாற்றத்தாலும்,

உதடுகளிலிருந்து மலரும் சிரிப்பின் அறிவுபூர்வமான வேறுபாடு
களாலும் ஒரு மொழித் துணை இல்லாமலேயே அவளால்
மற்றவர்களுடன் எண்ணப் பரிமாற்றம் நடத்த முடிந்தது.
ஆனால், போதை மிகுந்த காட்டுப் பழத்தின் அளவற்ற
மோகம்தான் அவளைத் தகர்த்தெறிந்தது. அளவுக்கு அதிகமான
போகமும் போதையும் அவளின் ஆரோக்கியத்தைப் பறித்துக்
கொண்டன. வாழ்க்கையின் மிருகத்தனமான கவர்ச்சியில் மூழ்கி
விட்ட அவள் தான் கற்ற கலையை முற்றிலுமாக மறந்து
விட்டாள். ஆனால், ஆண்களுடனான அளவற்ற தொடர்பு
மட்டும் அவளுள் அணையாமல் ஒளிர்ந்தது. மூன்று குழந்தை
களைப் பெற்ற அவளின் மார்பகங்கள் தளர்ந்து தொங்க, ஓர்
எலும்புக் கூடாகி பதினோறாம் ஆண்டில் இறந்தபோது அவள்
அருகே பத்து வயது மூத்த மகள் மட்டுமே அமர்ந்திருந்தாள்.
ஆனால், அவளுக்கோ தன் தாய் இறந்து கொண்டிருக்கிறாள்
என்னும் உண்மைகூட புரியாமலிருந்தது. உறக்கத்துக்கும் மரணத்
துக்கும் இடையிலான வித்தியாசத்தை உணர்ந்து கொள்ளக்கூடிய
திறன் அந்தக் குழந்தைக்கு இல்லாமல் இருந்தது.

17

பிரதீப் மேத்தாவின் ஓவியங்கள்

பிரதீப் பரோடாவில் ஒரு நடுத்தரக் குடும்பத்தில் பிறந்தவன். அவனுடைய தொழில் என்னவோ ஃபிரிலான்ஸ் ஜர்னலிஸ்டாக இருந்தாலும், அவன் ஓர் ஓவியனாகவும் இருந்தான். மிகச் சிறு வயதிலேயே நவீன பாரத ஓவியக் கலைக்கு புதிய மரியாதை களைப் பெற்று தந்த பிரதீப்பின் ஓவியங்கள் உலகின் பல முக்கிய மான காலரிகளை சென்றடைந்தன. இளம் நிறங்களில் இம்ப்ரஷனிஸ முத்திரையுடன்கூடிய அந்த ஓவியங்கள் பலவும் எல்லோராவின் குகை ஓவியங்களுக்குச் சமமாக இருந்தன. என்றாலும், அவையெல்லாம் நவீன உலகின் முட்டாள்தனங் களை வெளிச்சமிட்டு காட்டுவனவாகவும், போலி நடத்தை களுக்கு அறைகூவல் விடுப்பனவாகவும் இருந்தன. ஒருமுறை தில்லி பாராளுமன்றக் கட்டடத்துக்கு முன்னால் 6' x 4' சைஸில் பிரதமரை இழிவுபடுத்தும் விதமாக தேசியக் கொடியை ஆயில் பெயிண்டிங்கில் ஓவியம் வரைந்து சுதந்தர தினம் கொண்டாட வந்த பிரதீப்பை அலாக்காகத் தூக்கிச் சென்று சிறையில் அடைத் தார்கள். செக்ஸ் சுதந்தரத்தைப் பொய்யான மரியாதையால் மூடி வைத்துள்ள இந்தியாவின் வளர்ச்சி என்னவோ அசாத்திய மானதுதான் என்று நம்பும் பிரதீப், ஹரியின் நண்பன். ஹரியின் கவிதைகளும் பிரதீப்பின் ஓவியங்களும் இணைந்து நடந்த ஒரு கண்காட்சியில்தான் பேராசிரியர் பிரதீப்பை முதன்முதலாகக் கண்டார்.

ஆதிமனிதனின் குகை ஓவியங்களைக் கண்டபோது ஏற்பட்ட எண்ணம்தான் பிரதீப்பின் ஓவியங்களைக் கண்டபோதும் பேராசிரியருக்குத் தோன்றியது.

"நீங்க ஏன் பல்லாயிரக்கணக்கான வருஷங்களுக்கு முன்னால வாழ்ந்த மனுஷனுங்க வரைஞ்ச மாதிரி வரையறீங்க?"

''அப்போ மனுஷனுங்களால கபடமில்லாம சிந்திக்கறதுக்கும் செயல்படறதுக்கும் முடிஞ்சுது. இப்போ நம்மளச் சுற்றிலும் பார்க்கறதெல்லாம் பொய்மையாவே இருக்கு. பொய்யான நட்பு, பொய்யான துக்கம், பொய்யான சந்தோஷம் என எல்லாமே இங்க கபடத்தனம்தான். நம்மோட கண்களக்கூட நம்ப முடியறதில்ல. அதனாலதான், நான் ஆதி மனுஷனுங்க சிந்திச்ச மாதிரி சிந்திக்கறதுக்கும் வரையறதுக்கும் தொடங்கினேன்.''

''உங்களால ஆதி மனுஷனுங்கப் போல சிந்திக்க முடியுமா?''

''நிச்சயமா. அந்தத் திறமைதான் என்னோட கலையே.''

''அப்படின்னா, நாம ஏராளமா பேச வேண்டியதிருக்கு.''

அதன்பிறகுதான் ஹரியும் பிரதீப்பும் பேராசிரியருடன் சேர்ந்து ஏராளமாக விவாதிக்கவும், பின்பு, அவர்களும் அந்த ஆராய்ச்சி யில் ஓர் அங்கமாகவும் ஆனார்கள்.

அவன் தீவுக்கு வந்ததுமே முதலில் கண்டுபிடித்தது வண்ணம் தரும் செடிகொடிகளைத்தான். பச்சை, சிவப்பு நிறங்களை வழங்கும் இளம் செடிகளின் தண்டுகளுடன் அலைந்து, மரங்களிலும் இலைகளிலும் குகைகளிலுமெல்லாம் பிரதீப் வரைந்து கொண் டிருந்தான். மற்ற எல்லோரும் எல்லா அறிவுகளையும் உதறி யிருந்தாலும், பிரதீப் மட்டும் தன்னுடைய ஓவியக் கலையைத் தன்னுடனேயே கொண்டு வந்து விட்டான். ஆராய்ச்சியின் நியதிகளுக்கு அது புறம்பாக இல்லை என்பதுதான் அவனுடைய வாதமும். தன்னுடைய ஓவியக் கலையே ஆதி மனிதனுடையது தான். அதனால் இந்த ஆராய்ச்சிக்குள் தன்னால் மட்டுமே நூறு விழுக்காடும் திரும்பிச் செல்ல முடிந்ததும் என்றான்.

அவ்வாறு இருக்கும்போதுதான் பிரதீப் கடலிலிருந்து ஒருவகை சிறிய நண்டைக் கண்டுபிடித்தான். உயிருள்ள அந்த நண்டின் கொடுக்குகளால் உடலில் சிறிய கீறலை ஏற்படுத்தினாலே பச்சை குத்தியதுபோல் தவிட்டு நிறத்தில் மறைந்து போகாத கோடுகள் வந்தன. அந்த நண்டுகளைப் பயன்படுத்தி அருணாவின் உடலிலும் ஸ்வேதாவின் உடலிலும் ஓவியங்களை வரைந்தான் பிரதீப். மற்றவர்களுக்கெல்லாம் பயமாக இருந்தது. ஸ்வேதா வின் மார்பகங்களைச் சுற்றி திராட்சைக் குலைகளையும், தொப்புளுக்குக் கீழே தாமரைப் பூவின் மறையாத ஓவியத்தையும்

வரைந்தான். அருணாவின் உடலின் மேல் பத்து நாள்களில் ஆல்ஃபாவின் ஓவியத்தையே வரைந்து முடித்தான்.

ஆனால், படிப்படியாக ஓவியங்களின் மேலிருந்த ஆர்வம் பிரதீப்புக்குக் குறைந்தது. கிறிஸ்டோபருடன் சேர்ந்து மீன் பிடிப் பதிலும், இரவு நேரங்களில் மற்றவர்களிடமிருந்து ஸ்வேதாவைக் கவர்ந்து செல்வதிலும்தான் அவனுடைய ஆர்வம் அதிகரித்தது. பேராசிரியரிடமே அவன் மரியாதை இல்லாமல் நடந்து கொள்ளத் தொடங்கினான். ஒருநாள் பேராசிரியரை அறையிலிருந்து வலுக்கட்டாயமாக வெளியேற்றிவிட்டு அந்தச் சிறிய அறையின் சுவர்களில் ஓவியம் வரையத் தொடங்கினான். பல மாதங்கள் வரையில் வரைந்த அந்த ஓவியங்கள் ஆரம்பத்திலெல்லாம் யாருக்கும் ஒன்றும் புரியவில்லை. கடைசியில், அந்த ஓவியம் முழுமையடைந்ததும் பார்த்தபோது சிறு அமீபா முதல் மனிதன் வரையிலான எல்லா உயிரினங்களும் ஒன்றாக இணைந்து ஒரே நேரத்தில் காண்பதுபோல் ஒரே ஓவியமாகத்தான் அது இருந்தது. அந்த ஓவியத்தைப் பார்த்துவிட்டு ஆச்சரியத்துடன் நின்ற பேரா சிரியரை நோக்கி ஏளனப்படுத்தும் விதத்தில் சிரித்தவன், வேகமாக அவ்வறையைவிட்டு வெளியேறினான். அதன்பின் பிரதீப் ஒரு போதும் அக்குகைக்குள் நுழைந்ததே இல்லை.

பிரதீப்புக்கு குழந்தைகளின்மேல் வெறுப்பாக இருந்தது. தங்க ளுடைய சுகத்துக்கும் மகிழ்ச்சிக்கும் குழந்தைகளும் பெண்களின் பிரசவகாலமும்தான் தடையாக உள்ளன என்று அவன் நம்பி னான். ஆல்ஃபாவிலுள்ள குழந்தைகளுக்கு அவனைக் கண்டாலே பயம். ஒருமுறை ஸ்வேதாவுடன் இணைவதற்காக அவளுடைய ஒன்றரை மாதப் பிஞ்சுக் குழந்தையையே மணலில் தூக்கி வீசினான். ஆல்ஃபாவில் யாராவது ஒரு பெண் கர்ப்பம் தரித்துவிட்டாலே போதும், அவனுக்கு அவள்மேல் கோபம் குமுறத் தொடங்கிவிடும். ஒருமுறை ஊர்மிளா இரண்டு மாத கர்ப்பிணியாக இருந்தபோது அவளைக் கொடூரமாகத் தாக்கிக் கர்ப்பத்தைக் கலைத்துவிட்டான்.

கிறிஸ்டோபர் மட்டும்தான் பிரதீப்புக்கு கடைசிவரை நண்பனாக இருந்தான். அவர்கள் காட்டுப் பழங்களின் போதையில் பச்சை மீனையும் பறவைகளின் இறைச்சியையும் பிய்த்துத் தின்று வாழ்ந்தார்கள். காலம் செல்லச் செல்ல அவர்களின் குரூரமும் கூடிக் கொண்டிருந்தது. பேராசிரியர் இறந்தபின் ஆல்ஃபாவின்

முழு அதிகாரமும் தங்கள் கைகளில்தான் என்பதுபோல் அவர்கள் நடந்து கொண்டார்கள். மற்றவர்கள் எல்லாம் அவர்களுக்குப் பயந்தும் அவர்கள் சொல்படியும் வாழ வேண்டும் என்றார்கள். புதிய தலைமுறையினர் வளர்ந்து வாலிபத்தையடைந்ததும் அவர்களிடையே உள்ள இளம் பெண்களின் மேல் அவர்களுக்குப் பிரியம் அதிகரித்தது. பதினைந்து பதினாறு வயதுக்குள் அந்த இளம் பெண்கள் கர்ப்பம் தரித்து பிள்ளைகளைப் பெறத் தொடங்கினார்கள்.

தாங்கள் ஓர் ஆராய்ச்சி நடத்த வந்துள்ளோம் என்பதையும், இந்த வாழ்க்கை அதனுடைய ஓர் அங்கம் என்பதையும் அவர்கள் மறந்தார்கள். அவர்களின் அந்த ஆட்சி இருபத்தி நான்காம் ஆண்டுவரையில் நீடித்தது. அப்போதுதான் ஆல்ஃபாவில் ஒரு கலவரம் மூண்டது. தீவின் புதிய தலைமுறையினர் பிரதீப்புக்கும் கிறிஸ்டோபருக்கும் எதிராக ஒன்று சேர்ந்தார்கள். அவர்கள் ஒருநாள் இரவில் ரகசியமாக குகையை முற்றுகையிட்டார்கள். பழங்கால தலைமுறையினர் யாராக இருந்தாலும், தங்கள் கையில் கிடைத்தவர்களையெல்லாம் கருங்கல்லால் நசுக்கியே கொன்றார்கள். வயதான பெண்களுடன் பலவந்தமாக இணைந் தார்கள். மிகவும் குரூரமானவர்களாகிவிட்ட அவர்கள் பிரதீப்பின் உயிர்நிலையில் நண்டை விட்டு கடிக்கச் செய்தே கொல்லத் தொடங்கினார்கள். ஊர்மிளாவை நால்வர் மாறி மாறி பலவந்தப் படுத்தினார்கள். மாலினியை மட்டும்தான் யாரும் துன்புறுத் தாமல் இருந்தார்கள். என்ன காரணத்தாலோ அவளை மட்டும் எல்லோருக்கும் பிடித்திருந்தது. மரியாதையுமிருந்தது.

பிரதீப், கிறிஸ்டோபர், ஹரியின் பிணங்களை மறுநாள் காலை யில் கடலுக்குள் வீசினார்கள். இரத்தத்தில் குளித்து உணர்வற்ற நிலையிலாகிவிட்ட ஊர்மிளாவையும் சந்தோஷையும் பரா மரித்துக் கொண்டு அக்குகையிலேயே நாள்களைக் கழித்தாள் மாலினி. அமீபா முதல் மனிதன் வரையிலான எல்லா உயிரினங் களையும் சேர்த்து பிரதீப் வரைந்த ஓவியத்துக்குக் கீழேயே அவனுடைய இரத்தம் தோய்ந்து போயிருந்தது.

18

பேராசிரியரின் மரணம்

ஆல்ஃபாவில் அடிக்கடி மழை பெய்து கொண்டிருந்தது. பூமத்திய ரேகைக்கு மிகச் சமீபத்தில் இருந்ததனால் பகலில் சுட்டெரிக்கும் வெயிலுடனும் அந்தி நேரங்களில் மழையுமாக இருந்தது. இந்தக் கால நிலைதான் தீவில் எப்பொழுதும் பசுமையை தவழச் செய்தது. மழை பெய்யும் போதுதான் குழுவி லுள்ளவர்களுக்கு மிகவும் கஷ்டமாக இருந்தது. குகையைத் தவிர தங்குமிடங்கள் வேறு எவையும் அத்தீவில் இருக்க வில்லை. ஒவ்வொருவரும் தங்கள் தேவைக்காகச் சிறு சிறு கொடிக் குடில்களை ஏற்படுத்திக் கொண்டாலும் மழையை எதிர்கொள்வதற்கான வசதி அவற்றில் இல்லை. வலுவான மழை பெய்யும்பொழுது குகையில்கூட மேலிருந்து மழைத் துளிகள் சொட்டிக் கொண்டிருக்கும். இருளில் தெறித்து விழும் மழைத் துளிகளுக்குக் கீழே தன்னுடைய மகத்தான ஆராய்ச்சியின் வேதனைபூர்வமான முன்னேற்றத்தை நினைத்து பேராசிரியர் அமர்ந்திருந்தார். அவரின் முன்னே எதிர்பார்ப்பின் வழிகள் எதுவும் புலப்படவில்லை. முற்றிலும் சூனியமான நிலை. ஆதியிலிருந்து முன்னேற்றத்தின் வேகத்தன்மை கணக்கிட்டதை விட மிகவும் குறைவாகவே இருந்தது. ஆராய்ச்சியும் முற்றிலும் ஓர் அர்த்தமில்லாத தலைகீழான முடிவை நோக்கி நகர்வதாக அவருக்குத் தோன்றியது. மாதங்களும் வருடங்களும்கூட முற்றி லும் பொருத்தமற்றதாகத்தான் இருந்தன. ஒரு குழந்தை எழு வதற்கும் நிற்பதற்கும் நடப்பதற்கும் கற்றுக் கொள்வதைப்போல் எல்லாவற்றுக்குமே வேகத்தன்மை குறைந்தது.

புதிய தலைமுறையைப் பற்றி தான் எதிர்பார்த்திருந்த கணக் கிடல்கள் மிகவும் பெரிதாக இருந்தன. உயர்ந்த நிலைக்குச் சென்றுவிட்ட அறிவானது மிகவும் வேகமாக விஷயங்களைப்

பகுத்தாராயவும் அதையொட்டி செயல்படவும் செய்யும் என்று தான் எண்ணியது இப்போது சரியாக இருக்கவில்லை. புதிய தலைமுறையினர் அறிவை இயல்பான முறையில் மாற்றம் செய்து கொள்ளாத நிலையில், செடிகளையும் உயிரினங்களையும் பற்றியும் காலத்தையும் சூழலையும் பற்றியுமான விவரங்களைக் கூட சிறிது சிறிதாகத்தான் புரிந்து கொள்கிறார்கள். ஒரு தலை முறையினர் அடுத்த தலைமுறையினருக்கு இயல்பான முறை யில் மாற்றம் செய்ய வேண்டிய அறிவானது, தாயிடமிருந்தும் கூட்டாளிகளிடமிருந்தும் ஆசிரியர்களிடமிருந்தும் என பலவகை யிலும் பல சமயங்களிலுமாக கிடைக்க வேண்டிய அடிப்படை யான புரிதல், அவற்றை மறுக்கும்போது, மிகவும் வேகத் தன்மையும் செயல்திறமையுள்ள ஒரு கம்ப்யூட்டர் அதற்குத் தேவையான அடிப்படை விவரங்கள் கிடைக்காமையால் பயனற்ற நிலையை அடைவதுபோல், மனித மூளையும் அதனுடைய யதார்த்தத் திறமையைவிட மிகத் தாழ்ந்த நிலையில் செயல்பட நிர்ப்பந்தப்படுவது போலாகிறது. எல்லா விவரங் களையும் தாமே கண்டுபிடிக்க வேண்டியதாகும்போது, தேடிக் கொண்ட அறிவு முற்றிலும் தொடக்க நிலையாகவும் அடிப் படைப்பூர்வமுமாகிறது. வளர்ச்சி பயனுள்ளதாக இருந்தாலும் அதற்குத் தேவையான கால அளவு மிகவும் நீண்டதாகி விடு கிறது. மனித சமூகம் தொடக்கக் காலத்தில் வளர்ந்ததைவிட தற்போது அதிக வேகத்தைப் பெற்றிருக்கிறதா என்பது சந்தேகம்தான். புதிய தலைமுறைக்கு உண்டென்று கருதும் அதிகமான புத்திபலம், மற்ற தலைமுறைகள் காலங்காலமாகப் பங்கிட்டளித்த அடிப்படை அறிவின் சாதனையாகும். அவற்றை மாற்றிவிட்டால் மூளை என்னும் பண்படாத பொருளுக்கு கருத்தாழமிக்க வடிவ பரிணாமங்கள் நேர்ந்திருக்காது என்பது உண்மையாக இருக்குமா?

ஆனால், அத்தகைய அனுமானங்களுக்குள் சேருவதற்கான காலம் போதவில்லை. ஒரு குழந்தைக்கு பன்னிரண்டு வயதுக்குப் பின்புதான் அறிவு தெளிவான வகையில் பகுத்தறியும் திறமையைப் பெறுகிறது. அதற்கு இன்னும் ஐந்தாறு ஆண்டுகள் செல்ல வேண்டும். ஆனால், ஏழு வயதுக்காரர்களிடமிருந்து எதிர்பார்க்கக்கூடிய அறிவுத் திறமையில் ஒரு சிறு அம்சத்தைக் கூட இவர்களிடம் காணமுடியவில்லையே. சிறு குழந்தைகளைப் போல் மணலில் உருண்டு புரண்டும், உணவுக்காக அழுது அடம்பிடித்தும், சில அருவருப்பான ஒலிகளை எழுப்பிக்

கொண்டும் இருக்கிறார்களே தவிர, அவர்களால் வேறொன்றும் செய்ய முடியவில்லையே. பசிக்கும்போது அழுவதும், உணவு கிடைத்துவிட்டால் களைப்பு மேலிட உறங்குவதுமாக இருக்கும் குழந்தைகள். அவர்கள் சரியாகக் குளிப்பதும் இல்லை. சூரிய சந்திரன்களையும் பட்டாம்பூச்சி தும்பிகளையும் பார்த்துக் கொண்டு மெல்ல நடப்பதுமாக இருந்தார்கள். ஏழு வயதாகியும் மூன்று வயதானவர்களைப் போல்தான் அவர்கள் வாழ்ந்தார்கள். அவர்களுடன் உள்ளவர்களும் மனிதத்துவத்தின் அம்சத்தைக் கொஞ்சம் கொஞ்சமாக இழந்து மெல்ல மெல்ல மிருகத்தன்மை உடையவர்களாகிக் கொண்டிருந்தார்கள். விஞ்ஞானியும் கவிஞ னும் நர்த்தகியுமெல்லாம் அறிவுபலத்தை இழந்து காட்டுமிருகங் களைப் போல் இரைதேடியும் இணை சேர்ந்தும் அடித்துப் புரண்டு கொண்டும் வாழ்கிறார்கள்.

இனிமேல் பின்னோக்கிச் செல்ல முடியாது. எல்லோருக்கும் எல்லாமும் இழப்பாகிவிட்டன. குடும்பம், வேலை, சமூகத்தில் இடத் தகுதி, ஏன் ஆரோக்கியமும் கூடத்தான் போய்விட்டன. பேராசிரியர் உபலேந்து சாட்டர்ஜி இனிமேல் ஜெ.என்.யூ. வளாகத்துக்குள் போனால் அங்குள்ளவர்கள் அவரை ஒரு பிரேதத்தைப் பார்ப்பதுபோல்தான் உற்று நோக்குவார்கள். ஆல்ஃபாவுக்கு வரும்போது அழகிகளாக இருந்த இளம் பெண்கள் அளவற்ற போகத்தினால், தளர்ந்து தொங்கும் மார்பகங்களுடனும் நொடிந்து போன உடல்களுமாக பேய்க் கோலத்தில் மாறிப் பயமுறுத்துகிறார்கள். முடியாது, இனிமேல் அதைப் பற்றி ஆலோசிக்கவே முடியாது. இப்போது பசிதான் பேராசிரியரின் முக்கியப் பிரச்னையாக இருந்தது. ஊரில் காய்கனி மட்டும் புசித்து வந்த அவர் இப்போது காட்டுப் பழங் களையும் கிழங்குகளையும் உண்டு வாழ்ந்தார். அவற்றில் சில வகைகள் கடுமையான போதையை உண்டாக்குவதாக இருந்தன. அவர் மேற்கொண்ட பயிற்சியினால் பசியை எதிர்கொள்வதற் கான திறமையையும் அவருடைய உடல் தற்போது பெற்று விட்டிருந்தது. தன்னுடன் வந்த நண்பர்களெல்லாம் பறவை களையும் மீன்களையும் பிடித்துப் பச்சையாகவே உண்ணும் போது, பசியுடன் இருந்த பேராசிரியரால் மட்டும் அவர்களோடு இணைந்து ஓர் அசைவராக மாற முடியவில்லை. பசியைக் கட்டுப்படுத்த முடியும் என்பதற்கான ஓர் எல்லையைப் பற்றி ஒரு புதிய சிந்தனையை ஏற்படுத்த அவரின் இச்செய்கையால் முடிந்தது. நாள்களும் வாரங்களுமாக ஆகாரம் இல்லாமல்

இருக்க முடியும் என்றும் உணர முடிந்தது. பசி ஓர் அடிப்படை யான மனக் கிளர்ச்சி என்றும், அதனுடைய உயிரியல் பூர்வமான திறன் அவ்வளவுக்கு பெரியதல்ல என்றும் புரிந்தது. அதிகமான அறிவும் திறமையுமுள்ள உயிரானது நல்ல உணவைத் தேவைக்கு அதிகமாகவே உண்டும் பாதுகாத்தும் வைத்து சக உயிர்களை வறுமையிலாக்குவதுதான் மனிதனின் குணமாக இருக்கிறது. அதேபோல்தான் அதிகத் திறமையுள்ள நாடுகளும் மனிதர்களும் திறமையற்ற நாடுகளையும் மனிதர்களையும் ஏழைமைக்குள் தூக்கி வீசுகிறார்கள். மனிதனின் மனத்தில் உள்ள சுயநலமும் பேராசையும்தான் பூமியிலுள்ள ஏழைமைக்கும் மற்ற எல்லா துன்பங்களுக்கும் காரணமாகின்றன. உணவை மனித வாழ்வை நிலைநிறுத்தும் அம்சங்களில் ஒன்றாக மட்டுமே கொள்ள வேண்டும். அதைவிட அதிகமாகவோ அதே அளவுக்கோ வேறு சில முக்கியமான அம்சங்கள் உள்ளன என்பதும் யதார்த்தமாகும்.

பூமியில் விழும் மங்கிய வெளிச்சத்தில் பேராசிரியர் தன்னுடைய உடலை நோக்கினார். வெகுவாகவே மாறியிருந்தது. விகாரமாகி இருந்தது. கவனத்துடன் கத்தரித்து வைத்திருந்த தாடியும், அழுக்கடையாமல் பராமரித்து வந்த நகங்களும் வளர்ந்து நீண்டு சுத்தமற்றதாக இருந்தன. தோல் சுருக்கம் அடைந்திருந்தது. வெகு விரைவில் வயதானது போன்ற தோற்றம். அப்புறம் எதனால் என்று தெரியாத, நிறுத்தவும் முடியாத இருமல். இந்த ஆராய்ச்சியை முழுமையாக்கும் வரையில் தன்னால் உயிருடன் இருக்க முடியுமா அல்லது இடையில் எங்கேயாவது எல்லா வற்றையும் மற்றவர்களிடம் ஒப்படைத்துவிட்டு விடைபெற வேண்டியதாகிவிடுமா என்ற எண்ணம் அவரிடம் மேலோங்கத் தொடங்கியது.

அன்றிரவு வெகுநேரம் கழித்துத்தான் பேராசிரியர் உறங்கினார். எழுந்தபோது கடுமையான காய்ச்சல். எங்கிருந்து என்றறியாமல் இரவோடிரவாக அழைத்துச் செல்ல வந்த காய்ச்சல். அத அதன்பின் குறையவே இல்லை. ஒரு வாரத்துக்குப் பின் மழை ஓயாத ஓர் அந்தி நேரத்தில் எல்லோரும் பார்த்துக் கொண்டிருக் கும்போதே யாரோடும் ஒன்றும் கூறாமல் அந்தக் கண்கள் மூடின. குறிக்கோளை இழந்த மற்றவர்கள் வேறு வழிகள் ஒன்றும் தெரியாமல் அந்த ஆராய்ச்சியைத் தொடர்ந்தார்கள்.

19

குரு

வெகுவாக இருட்டிய பின்பும் அவர்கள் திரும்பி வரவில்லை. பொறுமை இழந்தவனாக கேட்டிலேயே காத்து நின்றேன். இவர்களுக்கு என்ன நேர்ந்தது? இங்கே வந்தபின் முதன்முதலாக அவர்கள் இன்றுதான் வெளியே போனார்கள். அவர்கள் கதையை முடிக்காமல் பின் வாங்குகிறார்களோ? அதுவும், ஒரு வார்த்தை கூட கூறாமல் அருகில் படுத்திருக்கும் ஊர்மிளாவையும் இங்கே தனிமையில் விட்டுவிட்டு, அவர்கள் சொன்னதை எல்லாம் கோர்வைப்படுத்தி வாசிக்க நான் முயற்சி செய்து கொண்டிருந் தேன். ஆனால், ஆல்ஃபாவில் நாற்பத்தியேழு பேர்களின் வாழ்க்கை இவையொன்றையும் அறிந்து கொள்ளாமல் சோதனைக்கான வெள்ளெலிகளைப் போல்... சாதாரண வாழ் விலும்கூட மனிதன் மற்றவர்களின் விளையாட்டுப் பொம்மை யாகி விடுகிறானே? புதியதாகக் கண்டுபிடிக்கும் மருந்துகளை யும் சிகிச்சை முறைகளையும் இந்தியா போன்ற மூன்றாம் உலக நாடுகளில்தானே முதன் முதலாகச் சோதித்துப் பார்க்கிறார்கள். அதிக அதிகாரமும் தந்திரமும் உள்ளவர்களின் கண்ணியில் விழுந்து இரையாகக் கூடிய தன்மை எல்லா தலைமுறைக்கும் உண்டு. அவர்களைப் பற்றி நினைத்து துக்கப்படாமல் எல்லாமே இயற்கை நியதிதான் என்று கருதிக் கொள்ள வேண்டும். மனிதனின் சுயநலமும் இயற்கையை தன்வசப்படுத்தவும் உயிர் வாழ்வதற்கான முயற்சிகளும் எல்லாம் அந்த இயற்கை நியதியின் ஒரு பகுதி மட்டுமே.

அவர்கள் இருவரும் இரவு பத்து மணியளவில் திரும்பி வந்தார்கள். நான் அவர்களிடம் ஒன்றும் கேட்கவில்லை. எங்கே போனீர்கள் என்றோ என்ன செய்துகொண்டிருந்தீர்கள் என்றோ கேட்கவில்லை.

அன்றிரவு பால்கனியிலுள்ள நாற்காலியில் அமர்ந்து கொண்டு மாலினி சொன்னாள்:

''அவிநாஷ், நாங்க இன்னிக்கு இந்த நகரத்துல உள்ள பல இடங்களிலும் அலைஞ்சோம். ஏராளமான மனுஷங்களப் பார்த்தோம். கடற்கரையில உக்கார்ந்து ஏகமா பேசினோம். இருபத்தஞ்சு வருஷ மூச்சுத் திணறலில நாங்க இழந்துவிட்ட ஏராளமான விஷயங்கள்... நாங்க கடைசியில ஒரு தீர்மானத்துக்கு வந்துட்டோம்... தீவுக்குத் திரும்பி போறதுன்னு... இந்தக் கதை முழுசயும் சொல்லி முடிஞ்சுட்டா, அப்புறம் எங்களுக்கு என்ன இங்க வேல. நாங்க இவ்வளவு காலமா எல்லாத்தையும் சகிச்சிக் கிட்டு வாழ்ந்தது எல்லாம் இத உங்கக்கிட்டே சொல்றதுக்காகத் தானே? ஆனா, அதுக்கு முன்னால நாங்க பானர்ஜி சாரை பார்த் துடணும். அவருகிட்டத் தானே பேராசிரியரு எல்லாத்தையும் ஒப்படைச்சிருந்தார்?''

''நாம சீக்கிரம் போவோம். ஆனா, அவரால இப்போ பேச முடியாது. பக்கவாதம் வந்து சோர்ந்து போயி படுத்திருக்கார். எழுதிக் கொடுத்தா படிச்சிப்பார். அதுக்குப் பதில் திருப்பிச் சொல்லணும்னாலும் முடியாது. எழுதிக் காட்டவும் முடியாது.''

எதையோ திடீரென்று நினைத்துக் கொண்டதைப் போல் மாலினி சொல்லத் தொடங்கினாள்:

''அவிநாஷ், புது தலைமுறையினருங்க பெரியவங்களா ஆனதுமே பிரச்னையும் கடுமையா போயிட்டுது. பதினைஞ்சு வயசுக் குள்ளயே ஏராளமான பிள்ளைங்களும் நல்ல பலசாலிகளாயிட் டாங்க. எதிர்மறையான சுற்றுச்சூழலும் உணவு வகைகளும் அவர்களுக்குச் சாதாரணமாவே அமைஞ்சு செயல்திறமையும் எதிர்ப்புச் சக்தியும் அளித்தன. பறவைகளையும் சின்ன ஜீவன் களையும்கூட அவங்க தங்களோட உணவுல சேர்த்துக்கிட்டாங்க. மீனு, தவள, நண்டுன்னு என்ன கிடைச்சாலும் அவங்க பச்சை யாவே தின்னக் கத்துக்கிட்டாங்க. ரத்தம் புரண்ட மாமிசத் துண்டு களையும் அவங்க எந்தவொரு அருவருப்பும் இல்லாம சுவையா மென்னு தின்னாங்க. இவங்க ஒருத்தருக்கொருத்தர் பார்த்தவுடனே பரஸ்பரம் அடிச்சுக் கொன்னு தின்னவும் தயாராயிடுவாங்க ளோன்னுகூட நான் பயந்துட்டேன். ஆனா, இதுவரைக்கும் அப்படி யொன்னும் நேரல. அவங்களோட நடவடிக்கைகள பார்க்கறப்போ அருவருப்பும் ஆச்சரியமும்தான் எங்களுக்குத் தோணிச்சு.

ஒருத்தன் மத்தவன்கிட்டேர்ந்து தனக்கு வேண்டிய பொருள்கள எவ்வளவு சாமர்த்தியமா தட்டிப் பறிக்கிறான் தெரியுங்களா! யாரும் யாருக்கும் எதையும் விட்டுக் கொடுக்கறதில்ல. இருந்தாலும் பல சமயங்கள்ல பங்கு போட்டுக்கறதுண்டு. பறக்கற பறவைங்கள கல்லெறிஞ்சு வீழ்த்தறதுக்கும், கடல்ல முழுகி மீனுங்கள புடிக்கறதுக்கும் அவங்க சுலபமா கத்துக்கிட்டாங்க. புது தலைமுறையைச் சேர்ந்தவங்க ஒரு தனித்தன்மையோடதான் எங்கள நெருங்கி இருந்தாங்க. அவங்கக்கிட்டே இல்லாத ஏதோ சில திறமைங்க எங்கக்கிட்டே இருக்குன்னு அவங்க நம்பினாங்க. ஆனா, அந்தத் திறமைங்க எங்களுக்கு எங்கேர்ந்து கிடைச்சிருக்கும்னு அவங்களுக்குத் தெரியாமதான் இருந்தது. இப்போதும் அது அவங்க மனசுல ஒரு பதில் கிடைக்காத கேள்வியாதான் இருக்கணும். சில சமயம் எங்க தீவிலேர்ந்து தொலைதூரத்துல சில கப்பலுங்க எங்களத் தாண்டிப் போறதுண்டு. அதை அவங்க புரிஞ்சுக்க முடியாம ஒரு ஆச்சரியமானப் பொருளாத்தான் பார்த்துகிட்டு இருந்திருக்கறாங்க. புகைப் போக்கிங்க கொஞ்சம் கொஞ்சமா கண்ணுங்களுக்குப் புலப்படறபோதும், அவை மெல்ல மெல்ல விலகிப் போகிறபோதும் அவங்க ஆவலோடு பார்த்துக்கிட்டு நிக்கறதுண்டு. சூரியனையும் சந்திரனையும் மரியாதையோட பார்க்கும் அவங்க, இடி இடிக்கறப் போவும் மின்னல் மின்னுறப்போவும் பயந்து நடுங்கிக்கிட்டிருப்பாங்க. அவங்களுக்குப் பருவங்கள் மாறுவதப் பத்தியோ, சாப்பிடறப் பொருளுங்க விளையறத் தன்மையப் பத்தியோ தெரியாம இருந்தது. கையில கிடைக்கிற காட்டுப் பழங்கள தின்னறதத் தவிர, அதையெல்லாம் சேகரிச்சு பாதுகாக்கறதுக்கோ முயன்றதில்ல. சுருக்கமா சொல்லணும்னா ஆதி மனுஷங்க மாதிரி ரொம்பவும் புராதனமான முறையிலதான் அவங்க வாழ்ந்துக்கிட்டிருக்காங்க. கூர்மையான கருங்கல் துண்டுங்களப் பயன்படுத்தி சில ஆயுதங்கள உண்டாக்கிக் கொண்டாங்களே தவிர, மத்த ஆயுதங்கள கண்டுபுடிக்கவோ, அதை உபயோகிச்சு வேட்டையாடவோ தெரிஞ்சிக்கல. அம்பையோ வில்லையோ வலையையோ தூண்டிலையோ அவங்களால இன்னும் கண்டுபுடிக்க முடியல.''

மாலினி நிறுத்திய இடத்திலிருந்த சந்தோஷ் தொடங்கினான்:

''முன்னேற்றம் கொஞ்சமா இருந்தாலும், தாங்க கண்டுபுடிச்சதையெல்லாம் சாமர்த்தியமா பயன்படுத்திக்கிற திறமைய அவங்க தேடிக்கிட்டிருக்காங்க. கல்லெறியறதுல ஏறக்குறைய எல்லோ

ருமே அசாதாரணமான திறமையத்தான் வெளிப்படுத்திக் கிட்டிருக்கிறாங்க. நான் சொல்லப் போற விஷயத்த உங்களால நம்பறதுக்குக்கூட சிரமமா இருக்கலாம்; புது தலைமுறைக் காரங்க பலருக்கும் பறந்துபோற பறவைங்களயே கல்லெறிஞ்சு வீழ்த்தறதுக்கான சூட்சமம் துல்லியமா இருந்தது. கை-கால் அசைவுகளிலும் இயல்பான எதிர்வினைகளிலும் அவங்க தேடிக் கிட்ட அசாதாரணமான வேகமும் சூட்சுமமும்கூட பேராசிரியர் நம்பியிருந்த மாதிரி மனித மூளை தேடிக்கிட்ட உயர்ந்த வளர்ச்சி யோட பலனாவும் இருக்கலாம். ஆனா, அந்த செயலுங்களுக்குத் தேவையான அடிப்படை விவரங்க இல்லாததுதான் அவங்க ளோட சாத்தியங்கள எதிர்வினையா பாதிச்சுட்டுது. நாம மான சீகமா புது தலைமுறைக்காரங்களிடமிருந்து மறைச்சு வச்ச புரிதலுங்கள, மேன்மையான திறமை உண்டாகியிருந்தும் அவங்களோட மூளைச் செயலுங்களுக்குத் தேவையான மூலப் பொருளுங்கள இல்லாமலாக்கியதாலும் அப்ப இருக்கலாம்.''

''சந்தோஷ், அப்படின்னா நாம பேராசிரியரோட சித்தாந்தத்துக்கு ஆராய்ச்சி அனுபவங்க அடிப்படையில சின்னச் சின்னத் திருத்தங்கள செய்ய வேண்டியதிருக்கு. மனுஷ மூளையின் வளர்ச்சி அற்புதமா இருந்தாலும், அதனோட செயல்பாடு அடிப்படை விவரங்களோட கிடைக்கக் கூடியதா நேரிடை யாவே சம்பந்தப்பட்டிருக்குது.''

''உண்மைதான். ஆனா, நாம தேடிய அடிப்படையான விவரங்கள யெல்லாம் ஜீன்களின் மூலமா அடுத்த தலைமுறைக்கு மாற்றம் செய்ய வேண்டியதுதானே? மிருகத்தனமான எல்லா குணங் களும் அந்த வகையில மாற்றம் செய்யறப்போ அறிவுபூர்வமான அம்சத்துக்கு மட்டும் ஏன் அப்படிச் செய்ய நேரல?''

''அது மனுஷனோட புத்திபூர்வமான தேடலின் பரப்பு மிகவும் அதிகமானதாலதான். மனுஷ சமுதாயம் பல்வேறு துறை களிலுமா தேடிய அறிவின் ஒரு அம்சம் மட்டுமே ஒவ்வொரு மனுஷனோட மூளையிலும் நிலைச்சிருக்கு. பல பேருங்களுக் கும் அவங்கவங்களோட செயல் மண்டலத்தோடு கட்டுப்பட்ட விவரங்க மட்டும்தான் இருக்கும். அதுவும்கூட அந்த மண்டலத் துல உள்ள மொத்த அறிவோட ஒரு சின்ன சதவீதம் மட்டும்தான். அதிபுத்திசாலியான இயற்பியல் விஞ்ஞானிக்கும் மருத்துவ நிபுணனுக்கும்கூட அவங்க துறைங்கள்ல உள்ள புரிதலோட ஒரு பகுதியை மட்டும்தான் உள்வாங்க முடியுது. மற்றவற்றை

யெல்லாம் அநேகாயிரம் புத்தகங்களிலும் கம்ப்யூட்டர்களிலு மாக சேகரிக்கப்பட்டு அவ்வப்போது தேவைக்கேற்ப பயன் படுத்திக்கிறாங்க. காரோட்டும் ஒரு தந்தையின் மகனும் காரோட்ட கத்துக்க வர்றது மாதிரி குருகிட்டேர்ந்து வர்ற பயிற்சியும் வளர்ச்சியோட விஷயத்துல தவிர்க்க முடியாத தாகிறது. மனுஷ மூளையின் இந்த அளவுகோல்தான் ஆராய்ச்சி யில சந்தேகம் அதிகமாகி தெளிவாக்கப்பட்டது. உயிரணு சாஸ்திரத்தின் முன்னேயுள்ள ஒரு முக்கியமான புதிருதான் இது. அதிபுத்திசாலியான ஒரு மனுஷனோட உடம்புல உள்ள உயி ரணுக்கள உபயோகிச்சு ஒரு குழந்தைய உருவாக்கினாகூட குருவை தவிர்க்க முடியாமலாகிவிடுது. மனித மூளை கிடைப்பதற்காக டேட்டாவோட அடிப்படையில, அதிவேகத் தன்மையிலும் சூட்சும முறையிலும் செயல்படுற ஒரு சூப்பர் கம்ப்யூட்டராக ஆகியிருக்கலாம். நாம மனப்பூர்வத்தோடு அந்த கம்ப்யூட்டருக்குள்ளே டேட்டாவை புகுத்தாம இருந்திருந்தா, இல்லேன்னா கம்ப்யூட்டரோட மொழியில ஃபீடு செய்யாம இருந்திருந்தா கையாலாகாதவனா ஆதிமனுஷனாகி தோல்வி யடையத்தான் முடியும்.''

அது எனக்கு மிகவும் நல்லதாகத் தோன்றியது. ஆராய்ச்சியின் அடுத்தக் கட்டத்துக்கு எப்படி நுழைய வேண்டும் என்பது அடுத்தக் கேள்வி. ஆல்ஃபாவிலுள்ள நாற்பத்தியேழு பேர் களுக்கும் அறிவையும் நாகரிகத்தையும் கொஞ்சம் கொஞ்சமாகக் கற்றுக் கொடுத்தால் என்ன நடக்கும் என்பதைக் காணலாம். அந்த அடிப்படையில் மூளை வளர்ச்சியின் புதிய தகுதிகளைக் கண்டு பிடித்தும் விடலாம். ஆனால், இவர்கள் அவற்றையெல்லாம் இனிமேல் ஏற்றுக் கொள்வார்களா? இருபத்தி ஐந்து வருடத்தின் நிராசையும் இழப்புமாக வாழ்கிற இவர்களிடம் அவற்றை யெல்லாம் சொல்லி என்ன பயன்?

''மாலினி, ஊர்மிளா சுயநினைவுக்கு வந்தபின்னால நாம பானர்ஜி சார்கிட்ட போகலாம். அதுக்குப் பின்னால மத்த விஷயங்களப் பத்தி தீர்மானிக்கலாம்.''

20

ஊர்மிளா

கடைசியில் இங்க வந்து சேர்ந்த ஏழாம் நாள் காலையில் சாவதானமாக கண்களைத் திறந்தாள் ஊர்மிளா. சிறிதும் பழக்கப் படாத இடத்துக்கு வந்துவிட்டதுபோல் அவள் மிகவும் குழப்பத் துடன் சுற்றுமுற்றும் நோக்கினாள். அறையிலுள்ள வெளிச்சம் அவளைப் பயமுறுத்துவதுபோல் தோன்றியது. அடிக்கடி கண் களை மூடிக் கொள்வதும், ஏன் என்று தெரியாமல் விசும்பவும் தொடங்கினாள். அவள் என்னவெல்லாமோ சொல்ல முயற்சி செய்கிறாள் என்றாலும் சில பழக்கமில்லாத சத்தங்களைத் தவிர மற்றொன்றும் வெளியே வரவில்லை. கேட்ட ஒலிகளில்கூட அவள் பேசுவது என்ன என்பதை அர்த்தப்படுத்த என்னால் முடியவில்லை. என்றாலும், மாலினி எதையோ புரிந்துகொண்ட வளைப் போல அறையிலுள்ள விளக்கை அணைத்துவிட்டு வெளியேறும்படி வேண்டினாள்.

''அவளுக்கு இந்த வெளிச்சமே பயமா இருக்கு. ஆல்ஃபா வாழ்க்கையில கடைசி ஒரு வருஷமா அவ அந்த இருட்டுக் குகையிலேயே இருந்துட்டா. வெளிச்சத்தக் கண்டாலே அவ திடீர்னு நிலைகுலைஞ்சிடுவா. ரெண்டு கைகளாலும் கண்கள மூடிக்கிட்டு அழுவா. பிரதீப்புக்கும் ஹரிக்கும் எதிரா புது தலைமுறையினருங்க தீவுல நடத்தின ஆக்கிரமிப்புக்குப் பின் னாலதான் இப்படியெல்லாம் நடந்தது. அந்த ராத்திரிங்கள்ல அவ பலமுறை பலவந்தப்படுத்தப்பட்டிருக்கிறா. சொந்த புள்ளைங்க வயசுல இருந்த நாலைஞ்சு பேருங்க மாறி மாறி, அதுவும் ரொம்பவும் மிருகத்தனமா... அவளால கொஞ்சம்கூட எதிர்க்க முடியலை. அதனால, இப்ப அவ கொஞ்ச நேரம் அமைதியா இருக்கட்டும். அவ கொஞ்சம் நார்மலானதும் நாம அவகிட்ட பேசலாம்.''

அன்றிரவு நாங்கள் ஒன்றும் பேசவில்லை. மறுநாள் மதியம் மாலினி ஊர்மிளாவோடு சேர்ந்து அறைக்கு வந்தாள். அதற்குள் அவள் ஒருவிதமாக சாதாரண நிலைக்கு வந்துவிட்டிருந்தாள். என்னை ஓர் அற்புத ஜந்துவைப் போல் கண்ணிமைக்காமல் பார்க்கத் தொடங்கியபோது நான் சொன்னேன்:

''உங்கக்கிட்டேர்ந்து நான் ஏராளமான விஷயங்கள தெரிஞ்சிக் கணும்னு ஆவலா இருக்கேங்க ஊர்மிளா. அவசரம் ஒண்ணு மில்ல... சாவகாசமா... சொன்னா போதும்.''

சிறிது நேரத்துக்குப் பின் அவள் மெல்லிய குரலில் பேசத் தொடங்கினாள்:

''எனக்கு ஆரம்பத்துல ஆல்ஃபாவ ரொம்பவும் பிடிச்ச இடமாத் தான் இருந்தது. அங்குள்ள செடிகளும் பறவைகளும் காத்து மெல்லாம் எனக்கு ரொம்ப பிடித்தமா இருந்தது. தீவுல மத்த எதப் பத்தியும் சிந்திக்காம ஒரு தும்பியப் போல பறந்து திரிந்த காலம் அது. அப்புறம்தான் எல்லாமே குழப்பமாயிட்டன. உன்னத சுதந்தரத்த அடைஞ்சுட்டோம்னு கருதியத கொஞ்சம் கொஞ்சமா இழக்கத் தொடங்கினோம். அப்பா அம்மாவோட பாசத்துக்கும் உதவிக்குமா அழுத குழந்தைங்க கைகள புடிச்சி நடக்கக் கத்துக்கொடுக்ககூட முடியலை. ஒவ்வொருத்தரும் தங்களோட உன்னத சுதந்தரத்துக்காக மத்தவங்க விருப்பு வெறுப்புங்கள மதிக்காம போயிட்டாங்க. இது எல்லோரோட சுதந்தரத்துக்கும் கொஞ்சம் கொஞ்சமா எதிரா போயி உடல் ரீதியா பலசாலிய உள்ள ஆணுங்க பொண்ணுங்க மேல ஆதிக்கம் செலுத்தத் தொடங்கிட்டாங்க. அதிகப் பலமுள்ள ஆணுங்க தங்களைவிட பலம் குறைஞ்ச ஆணுங்க மேல தங்களோட அதிகாரத்தச் செலுத்தி, உடலுறவிலும் உணவிலும்கூட முன்னிலை கொள்ளத் தொடங்கிட்டாங்க. எனக்கு ரொம்ப சீக்கிரத்திலேயே என்மேல வெறுப்புத் தோணத் தொடங்கியது. எப்படியாச்சும் ஊருக்குத் திரும்பிட்டா என்னான்னு நான் பலமுறை சிந்திச்சதுண்டு. ஆனா, ஒருபோதும் அதுக்கு வாய்ப்பில்லேன்னு மட்டும் தெரிஞ்சு போச்சு.''

''எங்களுக்கும் அப்படில்லாம்தான் தோணுச்சு. ஆனா, ஊர்மிளா விஷயத்துல மட்டும் ஒரு வித்தியாசம் உண்டுங்கறது மட்டும் உண்மை. எப்போதும் தன்னோட சுதந்தரத்திலும் தனிப்பட்ட பிரச்னைகளிலும் மத்தவங்க நுழையறதுல விருப்பமில்ல. ரொம்ப

சீக்கிரத்துல அதுக்கு எதிர்ப்பா பதிலடியும் கொடுப்பா. அந்த எதிர் வினைகள ஏத்துக்கக்கூடிய மனநிலை மத்தவங்களுக்கு இல்லாமப் போனதாலதான் ஊர்மிளாவுக்கு இந்த ஆராய்ச்சியில உள்ள கடுமையான பிரச்னைங்கள எதிர்கொள்ள வேண்டியதாச்சு.''

''சமூகத்தோட சுதந்தரத்துக்காக பல சமயங்கள்ல தனிப்பட்டவங்க சுதந்தரத்த விட்டுக் கொடுக்க வேண்டியதா வரும். ஆனா, நம்ம ஒவ்வொருத்தரிடமும் உள்ள விருப்பு வெறுப்புங்க அதுக்கு எதிரா நிக்கும். ஆனா, பல சமயங்களிலும் என்னால அப்படிப்பட்ட விட்டுக் கொடுத்தலுக்கு முடியாமப் போயிட்டுது. பிரதீப்போட அதிகாரக் குணமும் கிறிஸ்டோபரோட நாகரிகமற்ற உடலுறவும் எனக்குச் சுத்தமா புடிக்கல. எந்த விஷயத்திலும் என்கிட்டே சமமான முறையில பழகத் தயாரா இல்லாதவங்கள எனக்குப் புடிக்காது. உண்மையைச் சொல்லணும்னா, பேராசிரியரு கிட்டேயும் சந்தோஷ்கிட்டேயும் மட்டும்தான் எனக்கு மனப்பூர்வ மான நெருக்கம் இருந்தது. மத்தவங்களோட உறவு கொள்ளும் போது, நான் ஒரு வேசித் தொழில செய்யறவளோட தரத்துக்குத் தகுதியிழந்துட்டேனோன்னு சந்தேகப்பட்டேன்.''

''நான் இதப்பத்தி பல தடவை கேட்கவே தொடங்கினேன். கட்டுப்பாடில்லாத உடலுறவு விபசார நிலைக்குத் தரம் தாழ்ந்து ஆராய்ச்சியோட தகுதியையே இழந்துடுதல்லவா?''

''இல்ல'' மாலினிதான் பதிலளிக்கத் தொடங்கினாள்:

''விபசாரம்கறது பணத்துக்காகவோ மத்த பொருளுங்களுக் காகவோ தன்னோட உடலையே விக்கிற மாதிரியான ஒண்ணு. எங்கள்ல யாரும் அப்படிப்பட்ட ஆதாயத்த பொருட்படுத்தவே இல்லங்கறதுதான் உண்மை.''

''அது சரியில்ல, அதிகாரத்துக்கு முன்னால கீழ்படிகிறவளோட உடலுறவுப் பணிதலும்கூட தன்னோட உயிருக்கும் வாழ்க்கைக் கும் ஒரு உத்தரவாதத்த ஏற்படுத்திக் கொள்ளத்தான். அந்த உயிரும் வாழ்வும்கூட ஒரு பொருள்தான்கிற நிலையில சம்மதிக் கிறபோது அதுவும் விபசாரம்தான். கடைத் தெருவுல தன்னை விக்காம வாழ முடியாதுங்கற நிலை வருவதப் போல, விலைய நிச்சயிக்கிற உரிமை வாங்கறவனுக்குப் போயிட்டா அது பல சமயங்களிலும் பூஜ்யத்துக்கோ அல்லது அதுக்கும் கீழேயோ போய் விடும்கறது மட்டும் உண்மை'' என்றேன் நான்.

"என்னோட கருத்து கொஞ்சம் வித்தியாசமானது. மாலினியும் அவிநாஷும் நினைக்கற மாதிரி விபசாரம் வெறும் வியாபாரம் மட்டுமல்ல. அது சொந்த மனசாட்சிக்கே செய்யற வஞ்சனை யாகும். தனக்கு விருப்பமில்லாத ஜோடியோடு சேர்ந்து மற்ற லட்சியங்கள சாதிச்சுக்கிற மாதிரிதான், சுயநலத்தோட ரகசிய லட்சியங்களுக்காக மனசாலும் உடலாலும் செய்யற எல்லா செயல்களுமே விபசாரமாயிடுது. ஆனா, என்னோட பல விருப்பங்களுக்கும் அப்படிப்பட்ட ரகசிய லட்சியங்கள் ஒண்ணும் இல்லாம இருந்தது. தனிமையில உக்கார்ந்து பாட்டு பாடறதுக் கும், கடற்கரை மணல்திட்டுல கன்னடத்திலும் ஆங்கிலத்திலுமா சின்னச் சின்ன வாக்கியங்கள எழுதி வைக்கறதுக்கும் எனக்கு விருப்பமா இருந்தது. அலைங்க ஓடிவந்து அதையெல்லாம் கலைச்சுட்டுப் போவும்போது, யாரும் பார்க்காம மற்றொரு வார்த்தையையோ அல்லது ஓவியத்தையோ... சின்ன வயசுலகூட நான் விளையாட்டுல உள்ள நியதிங்கள மீறுவதிலதான் ஆர்வமா இருந்தேன். கேரம் போர்டுல உள்ள காய்கள எதிராளிக்குத் தெரி யாம தள்ளி நகர்த்தறபோதும், இதயபூர்வத்தோட நேசித்துக் கிட்டிருந்த காதலனை வஞ்சித்துவிட்டு மற்றொருத்தன்கூட மாலையில படுத்துக்கற போதும் எனக்கு இன்பமா இருந்தது. இப்போ இங்க நான் ஒரு உண்மைய சொல்லலாம்னு நினைக் கறேன். நான் எழுதிய எல்லா தேர்வுங்களிலுமே குறுக்கு வழிய பயன்படுத்தித்தான் அதிக மார்க்குகள வாங்கினேன். உங்களுக்குத் தெரியுமா, பேராசிரியரு ஆராய்ச்சியில உள்ள விதிகளைப் பத்தி சொல்லிக்கிட்டு இருந்தபோது, அவைகள எப்படி மீறலாம் கறதைத்தான் நான் சிந்திச்சுக்கிட்டிருந்தேன். ராத்திரியோட இருட்டை விளக்கோட ஒளியால நாம தோற்கடிக்கிற மாதிரி..."

கதை மிகவும் சிக்கலுக்குள் செல்வதுபோல் எனக்குத் தோன்றி யது. நிலைத்திருக்கும் எல்லா விதிகளையும் உடைத்துவிட்டு ஓர் ஆராய்ச்சிக்காகப் புறப்படுவதும், அதன்பின் அவற்றில் ஈடுபட்ட வர்களே புதிய சட்டதிட்டங்களை ரகசியமாக மீறுவதும் நடந் துள்ளன. அவ்வாறானால், மீண்டும் தொடங்கிய இடத்துக்கே யல்லவா திரும்பி வந்திருக்கிறார்கள். இது எப்படிப்பட்டதொரு கவிழ்ப்பு வேலையாக இருக்கிறது. இவர்கள் சொன்னவற்றை யெல்லாம் சேர்த்துப் படிக்கும்போது சத்தியமும் மருட்சியு மல்லவா தெளிவில்லாமல் கலந்துள்ளது.

"பேராசிரியரோட மரணத்துக்குப் பின்னால எல்லாத்தையுமே இழந்துட்டோமோ என்கிற தோணலாவே எனக்கு இருக்கு. மற்ற

யாரையும் மதிக்கவோ, குறைஞ்ச பட்சம் சமநிலையில நடந்து கொள்ளவோ என்னால முடியல. இருந்தாலும், பிரதீபனோடவும் ஹரியோடவும் கிறிஸ்டோபரோடவும் உறவாடுவதற்கு நான் பலவந்தப் படுத்தப்பட்டேன். அதிகத் தளதளப்பும் மற்றவங்க பார்த்த மாத்திரத்திலேயே மயக்கம் கொள்ளக்கூடியதான என்னோட உடற்கட்டும் ஆரம்பக் காலத்துல பேராசிரியரு கூடவே இருந்தவங்கற அகங்காரத்த அடக்கறதுக்காகவும்தான் அவங்கள என்மேல அதிகமான ஈர்ப்புக் கொள்ளச் செய்தது. ஆனா, என்னால தான் அவங்களோடு ஒருபோதும் சகஜமாக நடந்து கொள்ள முடியல. அவங்க பலத்துக்கு முன்னால நான் கட்டுப்பட்டு இருந்தாலும், எனக்கு அவங்கள பிடிக்கலைங்கறது அவங்களுக்கே நல்லா தெரியும். அதனாலதான் அவங்க என்னை அதிகம் வேதனைப்படுத்தினதும், வெறுப்படையும்படியான பல செயலுங் கள செய்ய வைச்சதுமாவும். இவற்றையெல்லாம் பார்த்து வளர்ந்த புதிய தலைமுறைக்காரங்களுக்கு நான் உடலுறவுக்கான ஆராய்ச்சிசாலையாக மாறினேன். இருபத்தைஞ்சு வருஷம் முடி யற நாள்ல, ஊரிலேர்ந்து வர்ற அடையாளம் தெரியாதவனுக்காகக் காத்துக்கிட்டு அந்த பொருத்தமில்லாத வாழ்க்கையத் தொடர எனக்கு விருப்பமில்லாம இருந்தது. ஆனா, அங்கேர்ந்து தப்பிப் பதற்கான எல்லா வழிங்களும் அடைபட்டிருந்தன. அதற்குள்ளே, கூட இருந்த மத்தவங்களும், இந்த ஆராய்ச்சிக்கான ஆராய்ச்சிப் பொருளே தாங்கள்தான்கிற உண்மைய மறந்துட்டு வாழ்ந்தாங்க. அதுவே பலருக்கும் ரொம்ப இயல்பான வாழ்க்கையா ஆயிட்டுது. அவங்க மொழியோட அழகையும் அறிவோட வெளிச்சத்தையும் அழகாவே மறந்துட்டாங்க. கவிஞனும் பத்திரிகையாளனும், விஞ்ஞானியுமெல்லாம் சாதாரண ஆதிமனுஷனாகவே மாறிட் டாங்க. யாரிடமாவது மனம் திறந்து பேசணும்னு எனக்கு ஆர்வம் தோணுச்சு. ஆனா, எல்லோரும் எல்லாத்தையும் மறந்துட்ட மாதிரி தான் நடந்துகிட்டாங்க. அவங்களிடமும் என்கிட்டே உண்டான அதே எண்ணங்கள் ஏற்பட்டிருக்கலாம். ஆனா, யாரும் ஒண்ணும் பேசறதுக்குத் தைரியப்படல. ஆராய்ச்சியோட விதிங்கிற பேருல ஒரு புலப்படாத சக்தி எங்களுக்கு இடையே செயல்பட்டுக் கொண்டிருந்ததாலோ என்னவோ யாரும் யாரோடும் ஒண்ணும் விவாதிச்சுக் கொள்ளவே தைரியப்படல.''

''ஊர்மிளா சொன்ன மாதிரி எனக்கும் யாருகிட்டேயாவது பேசணும்னு தோணுச்சுதான். ஆனா, எல்லோருமே ஆராய்ச்சி யோட எழுதப்படாத சட்டத்த அனுசரிச்சு நடந்துக்கிறாங்கங்கற

தோணுதல்தான் இருந்தது. இல்லேன்னா, மத்தவங்களிடம் மனுஷத்துவம் முழுமையா போயிட்டுதுன்னும், அது தன் கிட்டே மட்டும்தான் கொஞ்சம் மிஞ்சியிருக்கிறதுங்கிற சிந்தனை எங்கள மௌனியாக்கி இருக்கலாம்.''

''அப்படின்னா, உண்மையிலேயே யாருக்கும் எந்தவொரு வேறுபாடும் இல்லாம எல்லோருக்கும் ஒரே மாதிரியான எண்ணம்தான் இருந்திருக்குன்னு நான் புரிஞ்சிக்கலாமா? எல்லாமே ஒரு தப்பெண்ணமா இருந்ததுன்னு கருதிக்கலாமா? ஆனா, கூட்டு விவாதங்கள் மூலமா பார்க்கறபோது அது வொண்ணும் சரியானது இல்லன்னும் தோணுது. நாம எவ்வளவு தான் இதயபூர்வமா முயற்சித்தாலும் நம்ம ஒவ்வொருத்தங்களிட மும் உள்ள நாகரிகத்தனமான குணவிசேஷங்கள தவிர்க்க முடியாதுன்னு தானே அது தெளிவுபடுத்துது.''

''நிச்சயமா. எல்லாத்தையும் உதறிட்டோம்கறது கூட ஒரு நாடக மாத்தான் இருந்தது. உண்மையில யாரோட மனசுலேர்ந்தும் எதுவும் உதறப்படல. ஒரு பெரிய ஆராய்ச்சியோட பகுதி தாங்கள்தான்கிற உணர்வோடு, பலரும் அதனோட பலனையும் புகழையும் பற்றித்தான் சிந்திச்சுக்கிட்டிருந்தாங்க.''

''என்னோட விஷயத்துல அது அவ்வளவா சரியில்ல. நான் புகழைவிட ஆராய்ச்சியின் ஒரு அங்கமா இருந்த கட்டுப்பாடற்ற உடலுறவு அனுபவங்களத்தான் அதிகம் விரும்பினேன். ஆனா, மத்த பலருக்கும் புகழ்லதான் அதிக ஆர்வம் இருந்தது. ஏன், பேராசிரியரிலேர்ந்து எல்லோருமே முதலும் முடிவுமாக ஆசைப்பட்டது, புகழையும் உலகத்தோட அங்கீகாரத்தையும் தான்'' என்று கூறினாள் மாலினி.

அனைத்தையும் உதறிவிட்டு ஆல்ஃபாவில் ஆரம்பித்த இந்த ஆராய்ச்சி, யதார்த்தத்திலேயே எல்லாவற்றையும் பெறுவதற் கும், அதன்மூலம் வெகு உயரத்துக்கும் பறந்து சென்று சேர்வதற்கான ஆர்வத்தின் சாதனையாக இருந்தது.

அமெரிக்கா முதலான மேற்கத்திய நாடுகளிலுள்ள வாழ்க்கை முறைக்கும், முன்பு எப்பொழுதும் இல்லாத அளவிலான வளர்ச்சிக்கும், ஓர் அறிவியல் முறையிலான அடித்தளத்தை உண்டாக்குவதற்கும், மற்ற மூன்றாம் உலக நாடுகளில் அதற்கு அறிவுபூர்வமான அங்கீகாரத்தை தேடுவதற்குமாகத்தான் அவ ருடைய ஆசை இருந்தது. உதறுவது என்பது பொய்யானதும்

உண்மையற்றதுமான ஒரு கற்பனையாக இருந்தது. எல்லோருக் குமே சாதனைப் புரிவதில்தான் ஆர்வமாக இருந்தது. ஆல்ஃபா அதற்கான வழி மட்டுமே. ஆனால், ஆராய்ச்சியின் கிளை விளைவாக (By-Product) இந்தக் கதையின் பொருள் அறியாமல் வாழ வேண்டியதாகிவிட்ட ஆல்ஃபாவில் உள்ள அந்தப் புதிய தலைமுறையினரின் கதி? அவர்களுக்குப் புகழோ, ஓர் அங்கீ காரமோ இல்லாமல் ஓர் இயல்பான வாழ்க்கையுமல்லவா விலக்கப்பட்டுள்ளது. இடி மின்னலையும், சூரிய சந்திரன் களையும் பார்த்து பயந்து வியந்து பதினாயிரக்கணக்கான வருஷங்கள் பின்னோக்கிச் சென்று வாழப் போகும் அவர் களல்லவா அறிவின் வெளிச்சத்தைக் காண முடியாமல் போய் விட்ட அதிர்ஷ்டம் கெட்டவர்கள்! உயர்ந்த நிலையில் இருக்கும் அவர்களின் மூளைக்குள் தொடக்க நிலை அறிவைக்கூட மனமறிந்தே ஒதுக்கிவிட்ட கொடூரத் தன்மைக்கு யார் மன்னிப் பளிக்கப் போகிறார்கள்.

21

பேராசிரியரின் குறிப்புகள்

சௌத் தில்லியிலுள்ள ஓர் அமைதியான பழைய கட்டடத் தில்தான் பேராசிரியர் பானர்ஜி தங்கியிருந்தார். காலை பத்து மணியளவில் அங்கே நாங்கள் சென்றபோது அவர் தூங்கிக் கொண்டிருந்தார். நடுத்தர வயதுடைய வேலையாள் வந்து எங்களை வரவேற்று அமர வைத்துவிட்டு, ''அவரு ரொம்பவும் உடம்பு முடியாம இருக்கார். தொந்தரவு செய்யாதேன்னு சொல் லிட்டுதான் படுத்தார்'' என்று கூறியவன் அவருடைய சுக வீனத்தை தெளிவுப்படுத்தினான்.

நான் அவருடைய சீடன் என்றும், 'ஆல்ஃபாவிலிருந்து அவிநாஷ் திரும்பி வந்திருக்கிறான்' என்று மட்டும் சொன்னால் போதும் என்றேன். ஏறக்குறைய ஒருமணி நேரக் காத்திருத்தலுக்குப் பின்தான் அவர் எங்களை உள்ளே விட்டார். 'அதிகமாகப் பேசி கஷ்டப்படுத்தி விடாதீர்கள்' என்னும் வேண்டுதலுடன்தான் அவர் அந்தச் சந்திப்புக்கு அனுமதித்தார்.

பாதி அளவுக்குச் சோர்ந்து படுத்திருந்த பேராசிரியருக்கு என்னை அடையாளம் அறிந்து கொள்வதில் சிரமம் இருக்கவில்லை. உடல்நிலையும் கொஞ்சம் பரவாயில்லை என்பதுபோல் இருந்தது. எழுந்திருக்க முடியவில்லை என்றாலும், மெல்லிய குரலில் அவரால் பேச முடிந்தது. நாம் சொல்வதைப் புரிந்து கொள்ளவும் செய்தார்.

''அவிநாஷ், உபலேந்துவைப் பார்த்தியா?''

நான் 'இல்லை' என மறுக்கும் பாவனையில் தலையாட்டினேன்.

''இறந்துட்டாரோ?''

''இறந்துட்டார் - பதினெட்டு வருஷங்களுக்கு முன்னாலேயே.''

அப்புறம் எனக்குத் தெரிந்த விவரங்கள் முழுவதையும் அவரிடம் கூறினேன். எல்லாவற்றையும் தாமும் எதிர்பார்த்தது போல் 'உம்' கொட்டிக் கேட்டுக் கொண்டதற்குப் பின் சொன்னார்:

''மாலினிய கூப்பிடு. அவ என் ஸ்டூடண்டா இருந்தவ.''

நான் மாலினியை அழைத்தேன். அன்றைய நாள் முழுவதும் மாலினியும் நானும் பேராசிரியருடனேயே இருந்தோம். எப்போதாவது அவர் கேட்கும் சிறுசிறு கேள்விகளுக்கு எல்லாம் மாலினி நீளமாகவும் விவரமாகவும் பதிலளித்தாள். இறுதியில் மாலையில் ஓட்டல் அறைக்குத் திரும்பும்போது அவர் கூறினார்:

''நாளைக்கும் காலையில வாங்க. உபலேந்துவோட சில குறிப் புங்க என் கைவசம் இருக்கு. நாம அவற்றையும் சேர்த்துப் படிப்போம். அப்போதான் இந்த ஆராய்ச்சியோட முழு வடிவத்த புரிஞ்சுக்க முடியும். உபலேந்து ஒரு சாதாரண ஆந்த்ரோ பாலஜிஸ்ட் மட்டுமல்ல. மனித முன்னேற்றத்தைப் பத்தியும் சமூக நீதியப் பத்தியும் தெளிவான பார்வையுடைய ஒரு தீர்க்க தரிசியாவே அவர் இருந்தார்.''

தொடர்ந்தாற்போல் ஆயுர்வேத சிகிச்சையால் கொஞ்சம் ஆரோக்கியத்தை மீண்டும் பெற்ற பானர்ஜியின் அறைக்கு எண் ணெயினுடையதும் களிம்புகளினுடையதுமான மணமாகவே இருந்தது.

மறுநாள் அவர் எங்களிடம் பேராசிரியர் உபலேந்து எழுதிய சில குறிப்புகளைத் தந்தார். பல கடிதங்கள் தெளிவான முறையில் ஒழுங்காகவும் வரிசையாகவும் இருக்கவில்லை. போதாதற்கு அவற்றுக்குள்ளே பரஸ்பரத் தொடர்பும் இல்லாமல் இருந்தது. ஆல்ஃபாவுக்குச் செல்வதற்கு முன்னால் ஒப்படைக்கப்பட்ட அந்தக் கோப்பில் சில காகிதங்களாக மட்டுமே இருந்தன. மாலினி அவற்றை ஒவ்வொன்றாகப் படிக்கத் தொடங்கினாள்:

ஒன்று

பிறப்பு இறப்பு அவற்றின் சுழற்சிமுறை என்பவை என்னை மிகவும் ஆச்சரியப்படுத்துகின்றன. மனிதர்களுக்கு அறுபது எழுபது வயதுகள் முடியும்போதும், மற்ற உயிரினங்களுக்கு அவற்றின் உடல்வாகை அனுசரித்தும் இந்த சுழற்சி முறை

ஏற்படுவது ஏன்? இவற்றைக் கட்டுப்படுத்தும் சக்தி என்ன? முப்பது வயது வரையில் படிப்படியாக வளரும் மனிதன் ஐம்பது வயதுக்குப் பின் கொஞ்சம் கொஞ்சமாக சோர்வடைந்து கடைசியில் இறப்பது ஏன்? மனித இனத்தின் வளர்ச்சியும் தளர்ச்சியும், வயதாகிறதே என்னும் நடைமுறையும் ஒரு பாரபாலிக் க்ராஃப் போல் சுழற்சி முறையாகிறது. மனித வாழ்வின் முன்னே தவிர்க்க முடியாததாக நிறைந்து நிற்கும் மரணத்தை எப்படித் தவிர்ப்பது. மனித உடல் ஒருமுறை முழு வளர்ச்சியடைந்து விட்டால், அதைத் தளர்ந்து போகாமல் நிரந்தரமாக நிலை நிறுத்திக் கொள்ள நம்மால் முடியவில்லையே ஏன்? நான் இப்படியெல்லாம் கடவுளின் பூர்வபுண்ணியத்தை அனுசரித்து நடப்பவை என்று நம்புபவர்களும் இருக்கலாம். கண்முன்னே காண்பவற்றின் நம்பிக்கையூட்டும் தெளிவுகளின் அடிப்படையில் இனம் பிரித்து உண்மையைக் கண்டுபிடிப்பதுதான் என் குறிக்கோள். எந்த விஷயமும் எதனாலும் அப்படி நேரக்கூடாது என்பதால்தான் நான் கேட்கிறேன். அவையெல்லாம் அப்படித்தான் என்று நம்புவதற்கு என்னால் முடியவில்லை. மரணம் என்பது தவிர்க்க முடியாத ஒரு நடைமுறையாக ஆகக்கூடாது. நம்முடைய விருப்பத்தை அனுசரித்து மரணத்தைக் கட்டுப்படுத்தக்கூடிய திறமை நமக்குக் கிடைக்க வேண்டும். நசிகேதன் எமனிடம் கேட்ட அதே கேள்வியைத்தான் நானும் அறிவியலிடம் கேட்க நினைக்கிறேன்.

நமக்கும் நம் உடலுக்கும் இடையேயுள்ள வேறுபாடு என்ன? அறிவு அல்லது மனத்தைத் தவிர்த்துவிட்டு உடலுக்கென்று ஓர் இயக்கம் உண்டா? அதேபோல் இன்னுமொரு கேள்வியும்கூட வருகிறது. உடலில் எந்தப் பகுதியில் அறிவு இருக்கிறது? மூளையில் உள்ள பல்லாயிரம் உயிர்மங்களில் என்று அறிவியல் கூறுகிறது. என்னவோ எல்லாமே எனக்குத் தெளிவில்லாமல் போகிறது.

இரண்டு

போர்கள் மனித வரலாற்றில் தவிர்க்க முடியாத ஒன்றாகும். மனிதன் முன்னேற்றத்தின் ஒவ்வொரு படிகளையும் ஆக்கிரமிப்புகளின் மூலமும் அடிமைப்படுத்தலின் மூலமும்தான் மிதித்து ஏறியிருக்கிறான். எதிரிகளைத் தோற்கடிப்பதற்காகவே மனிதன் எப்பொழுதும் புதிய தொழில்நுட்பங்களை மலரச் செய்து கொண்டிருக்கிறான். அதிகப் பலமுள்ளவன் பலமற்றவனை தன்னுடைய கட்டளையின்கீழ் நிறுத்துவதற்காக வெளிப்படுத்தும்

தந்திரங்கள்தான் யுத்த சாஸ்திரம். நாம் சமாதானப் பிரியராகவும் மரியாதை உடையவர்களாகவும் வாழ்ந்து கொண்டு இருந் திருந்தோமானால் இங்கே காணப்படும் முன்னேற்றத்தில் நூறில் ஒரு பகுதிகூட உண்டாகி இருக்காது. சுயநலம், சதி, வஞ்சனை ஆகிய பாடங்களின் மூலம் படித்துப் புரிந்து கொண்டதனால்தான் இந்த முன்னேற்றத்தின் தத்துவ சாஸ்திரமே. ஹிரோஷிமா அழுதது எதனால்? மீதமுள்ள ஏராளமானவர்களும் சிரிப்பதற் காகத்தான்.

மூன்று

நான் ஒரு பைத்தியக்காரன் என்று தோன்றுகிறது. ஜெ.என்.யூ.வில் உள்ள மானுடவியல் பேராசிரியன் ஒருவன் படித்தும் சிந்தித்துக் கொண்டும் இருந்தவன் ஒரு சுத்த பைத்தியக்காரனாக மாறி விட்டால் அது எவ்வளவு கஷ்டமாகும். உலகத்தைச் சிறு சிறு நாடுகளாகக் காண எனக்கு விருப்பமில்லை. நாடுகளை மாநிலங் களாகவும் மாவட்டங்களாகவும் மீண்டும் படம் வரைவதில் எனக்குச் சம்மதமில்லை என்பதோடு எதிர்ப்பும் இருந்தது. நேபாளக் கடுங்குளிரில் மக்மோகன் கோட்டைப் பாதுகாப்பதற் காகத்துப்பாக்கி ஏந்தி நிற்பவன் யாருடைய மார்புக்காக குண்டை காலியாக்குகிறான். அதனால், நாடுகளும் எல்லைகளும் கூடாது. அதிகாரமும் ஆட்சிப் பீடங்களும் கூடாது. உலகத்தில் எல்லா மனிதர்களுக்கும் நட்போடும் சுதந்தரமாகவும் வாழ முடிய வேண்டும். சுதந்தரம் கிடைத்தபோது இந்தியாவில் ஏன் இவ்வளவு இரத்தம் சிந்தப்பட்டது. எல்லை என்னும் ஓர் அர்த்தமற்றதைக் காப்பாற்றுவதற்காக இந்த உலகம் இழப்பது என்னவோ லட்சக்கணக்கான நிரபராதிகளின் உயிர்களையாகும்.

நான்கு

நான் நேற்று ஒரு கனவு கண்டேன். வேறு ஏதோவொரு கிரகத்தி லிருந்து சில உயிரினங்கள் பூமிக்கு வந்துள்ளன. அவர்கள் நடக்க வும் பேசவும் செய்கிறார்கள். என்றாலும் அவர்களின் நடையும் பேச்சுமெல்லாம் நமக்கு அந்நியமாகவே தோன்றுகிறது. பூமியிலேயே பல பகுதியிலுள்ளவர்களும் பல மொழிகளைப் பேசுவதுபோல், இவர்கள் பூமியில் இல்லாத ஒரு மொழியில் பேசுவதும், நமக்குப் பழக்கம் இல்லாத அசைவுகளின் மூலம் முன்னோக்கி நகரவும் செய்கிறார்கள். கால் என்றோ கை என்றோ இனம் பிரித்துச் சொல்ல முடியாத வகையில் சில உறுப்புகளும்

அவர்களுக்கு உள்ளன. உடலின் உச்சியில்தான் தலை இருக்க வேண்டும் என்று ஏன் இந்த அளவுக்கு நிர்ப்பந்தம் செய்கிறோம். அது ஏதாவது ஒரு பக்கவாட்டிலோ கீழேயோ இருக்கக் கூடாதா?... கனவிலிருந்து உணர்ந்து கொண்டபோது நீண்ட கூர்மையான ஓர் ஆணியை நெற்றிப் பொட்டில் அடித்துச் செலுத்துவது போன்றுதான் எனக்குத் தோன்றியது. என்னுடைய எண்ணங்கள் இந்த அளவுக்கு ஏன் விசித்திரமாகப் போகிறது. ஒரு சமயம் கோபால்பூர் கடற்கரையில் சந்தித்த சந்நியாசி சொன்னது போல் உடலின் மிக முக்கியமான பகுதி நெற்றி. அங்கேதான் தெய்வத்தின் சின்னமான திலகத்தை இட்டுக் கொள்கிறோம். நம் கவனத்தையெல்லாம் ஒரு தனிப் புள்ளியில் குவிய வைக்கவும், மனவுறுதிகள் முழுவதையும் அந்தப் புள்ளியில் பதித்து நிறுத்தவும் முடியுமானால் விவரிக்க முடியாத ஒரு பலம் மனிதனுக்குக் கிடைக்கும் என்று சிலர் கூறுவதில் உண்மை உண்டென்று தோன்றுகிறது.

ஐந்து

இன்று சூரிய கிரகணம். உலகத்தின் நாலா பகுதிகளிலும் உள்ள விஞ்ஞானிகள் ஆவலுடன் தொலைநோக்கிகளோடு அமர்ந்து அக்காட்சியை நுணுகிக் காண இறங்கியுள்ளார்கள். இதற்கு முன் எத்தனை கிரகணங்கள் ஏற்பட்டிருக்கும். அது உலகின் ஆதியைப் பற்றி நினைப்பதுபோல் அர்த்தமற்றதாகிவிடும். கிரகண சமயத் தில் பூமிக்கு வந்து சேரும் அபூர்வமான சில காஸ்மிக் கதிர்கள் பூமியிலுள்ள சில இயற்கை உயிரிகளைத் தெளிவாக ஈர்த்துக் கொள்ளுமாம். ஒவ்வொரு கிரகணமும் மனிதனின் அறிவுக்கு ஏதாவது புதிய புரிதல்களை உண்டாக்கலாம் அல்லவா? அப்படிப்பட்ட ஒரு வாய்ப்பை ஒதுக்கிவிடுவதற்கு முடியாது. ஒவ்வொரு கிரகணங்களிலுமிருந்தும் அதிகமான பலத்தைத் தேடிக் கொள்ளும் மனித அறிவு. இல்லையென்றால் அதிகமான மாறுபாடுகளை ஏற்றுக் கொள்ளும் மனித மூளை.

ஆறு

உயில் எழுதி வைப்பதில் எனக்கு ஒப்புதல் இல்லை. வாழ்க்கை யில் இதுவரையில் தேடிய சொத்துக்கள் எதுவும் எனக்குச் சொந்தமில்லை என்று எனக்குத் தெரியும். சில தனிப்பட்ட சூழ்நிலைகளில் சுயநலமும் குழந்தைத்தனமுமான என்னுடைய ஆசையை நிறைவேற்றியதன் மூலம் அவை எனக்குச் சொந்த

மாகிவிட்டன என்பது மட்டுமே உண்மை. அதனால், எனக் கென்று சொந்தமில்லாதவற்றை எப்படி மற்றவர்களுக்காகப் பங்கிடுவது என்பதைச் சுட்டிக்காட்ட எனக்கு அதிகாரம் இல்லை யல்லவா. இப்படி ஒருவன் வாழ்ந்து கொண்டிருந்தான் என்னும் நினைவு மற்றவர்களின் மனத்தில் சிறிது காலம் நிலைத் திருந்ததற்குப் பின் எல்லாமே முடிந்து விடுகிறதல்லவா. என் பாட்டனாரை நான் கண்டதில்லை. பாட்டனார், தந்தையாரின் பெயர்களைக்கூட நான் நினைப்பதில்லை. அதேபோல், அதற்கு முன்பிருந்த எத்தனையோ தலைமுறைகளையும் நினைப்ப தில்லை. அவர்களெல்லாம், இவ்வுலகில் வாழ்ந்திருந்தமைக் கான அடையாளத்தைக்கூட மிச்சம் வைக்காமல் போய்விட்டார் கள். மரணம் என்பது முற்றிலும் சாதாரணமாகவும் இயல்பாக வும் ஆகும்போது உயில் சுத்தமாக அர்த்தமற்றதாகிறது.

ஏழு

நாம் எப்பொழுது நெருப்பைக் கண்டுபிடித்தோம்? கற்கால யுகத்தின் ஏதோவொரு வரலாற்றின் தொடர்பில்தான் என்று மானுடவியல் சொல்கிறது. அது, மனிதன் நெருப்பை உண் டாக்குவதற்கான அறிவைக் கண்டுபிடித்ததுதான். இந்தப் பிரபஞ்சத்தின் தொடக்கத்திலேயே அக்னி பலவித வடிவங்களில் நிலைத்திருந்தது. நம்முடைய பல கண்டுபிடிப்புகளும் புதிய சாதனைகள் இல்லை. பிரபஞ்சத்தில் நிலைத்திருப்பவற்றை மனித வாழ்வுக்காக கொண்டு வந்தது மட்டுமே அவர்கள் செய் தவையாகும். அமெரிக்காவைக் கண்டுபிடித்தது கொலம்பஸ் என்று சொல்வது, அதுவரையில் அமெரிக்காவில் வாழ்ந்து கொண்டிருந்த சிவப்பிந்தியர்களை மனிதர்கள் அல்ல என்று சொல்வதுபோன்ற மடத்தனமாகும்.

எட்டு

கனு நேற்று வந்து பார்த்தான். அதுவும் மிக ரகசியமாக. அவனை போலிஸ் தேடுகிறது. சிறிது காலம் மறைந்து வாழ்வதற்காக அவனுக்கு ஓர் இடம் தேவை. சீனாவுக்குத் தப்பிச் செல்வதற் கான வழிகளெல்லாம் தற்போது அடைந்துவிட்டன. ஒரு நல்ல மாற்றத்துக்காக அதற்கு எதிராக நிற்பவர்களை சொல்வதில் தவறில்லை என்பது கனுவின் நம்பிக்கை. சமூகத்துக்குப் பயனில்லாதவர்கள் வாழத் தகுதியற்றவர்கள். ''தொழிலாளர் வர்க்கப் புரட்சியின் சித்தாந்தத்தை அனுசரித்து நீங்கள் என்னை

இப்போதே கொல்ல வேண்டும். சமூக வளர்ச்சிக்கும், அது நீடித்திருப்பதற்கும் எந்தவொரு பயனுமில்லாத ஒரு மானுடவி யல் விஞ்ஞானி நான். வயலில் உழைக்கும் விவசாயியும், சுரங்கத்தில் கரி சுமக்கும் தொழிலாளியும் என்னைவிட எவ்வளவோ மேன்மையானவர்கள்.'' கனு சிரித்துக் கொண்டே பதில் சொல்லாமல் இருந்தான்.

மாலினி வாசிப்பதை நிறுத்தினாள். குறிப்பாக அடையாளப் படுத்திய இன்னும் இரண்டு பேப்பர்களும்கூட இருந்தன. அவற்றின்மேல் 'வரலாற்றுப் பேழை' என்றும், 'ஆல்ஃபா ஆன் எக்ஸ்பெரிமெண்ட் ஆஃப் ட்ரூத்' என்றும் எழுதியிருந்தது.

22

வரலாற்றுப் பேழை

பங்களாதேஷ் வெற்றிக்குப்பின் பிரதமரின் ஏகாதிபத்தியக் குணம் மிகவும் அதிகரித்து வருவதாகத் தோன்றுகிறது. மக்களாட்சியை விட அதிகமாக அரசனாட்சி குணம்தான் அவரிடம் அதிகரித்து வருகிறது. நாட்டில் கற்றறிந்தவர்கள் என்று உரிமை கொண் டாடும் விஞ்ஞானிகளிலும், எழுத்தாளர்களிலும் உள்ள ஒரு பெரும் பகுதியினர் அந்த அரசன் ஆட்சிக்கு உதவுகிறார்கள் என்பதுதான் கஷ்டமாக இருக்கிறது. எல்லோரிடமும் பெரிய எதிர்பார்ப்பு. நாடு வளர்ச்சியின் வெகுவேக முன்னேற்றத்தில் இருக்கிறது என்றும் அதற்கு வலிமையான ஒரு தலைமை தவிர்க்க முடியாதது என்றும் அவர் வெளிப்படையாகவே சொல்லி மக்கள் மத்தியில் பரப்புகிறார். பதவி மோகங்கள், அதிகாரங்கள் என்னும் அப்பத் துண்டுகளுக்கு முன்னால் எவ்வளவு விரைவில் அந்த அறிவாளிகள் துதிபாடகர்களாக வீழ்ச்சியுறுகிறார்கள். அம்பாஸடர்களாகவோ அகாதமி சேர்மன் களாகவோ ஆவதற்காக அந்தப் பெண்மணியின் செய்திகளை எல்லாம் கூச்சமில்லாமல் புகழ்கிறார்கள்.

சென்ற வாரத்தில் ஒருநாள் அவருடைய வீட்டுக்கு அழைக்கப் பட்டு போனபோது ஒரு மணிநேரம் வரையில் என்னுடன் பேசினார். அப்போதுதான் அவருடைய உண்மையான முகம் எனக்குப் புரிந்தது. சமுதாய மதிப்பில் மறைத்து வைக்கப் பட்டுள்ள அதிகாரத்தின் ஆணைகளாகவே அவை இருந்தன: ''பாரதப் பண்பாடு எல்லா வகையிலும் உலகத்திலுள்ள எந்தவொரு பண்பாட்டையும்விட முன்னிலையில்தான் உள்ளது. அறிவியலிலும் கணிதத்திலும் இலக்கியத்திலும் எல்லாம் நமக்கென்று ஒரு மகத்தான பாரம்பரியம் உண்டு. ஆனால், அவற்றையெல்லாம் தேவையான முறையில் உலகின் முன்னே

தெளிவுபடுத்தவும், மற்றவர்களால் அங்கீகரிக்கச் செய்யவும் நாம் முயற்சி செய்யவில்லை. தேடல்களும் திறமையும் நம் கவன மின்மையால் வெளிப்படாமல் போகும்போது நம்மைவிட திறமையும் பாரம்பரியமும் குறைந்தவர்கள் அவற்றையெல்லாம் சாமர்த்தியமாக மார்க்கெட்டிங் செய்து உலகத்தின் முதல்வராக மாறி விடுகிறார்கள். இவற்றை முடிவுக்குக் கொண்டு வந்து மற்ற உலக நாடுகளின் முன்னே மதிப்புடன் நிற்பதற்கு நம்மாலும் முடியவேண்டும். அதற்கான முயற்சிகளையெல் லாம் தெளிவுபடுத்தி வெற்றியை நோக்கி நகர வேண்டும். நம்முடைய அறிவியலும் தொழில்நுட்பமும் மற்ற நாடுகளை விட வளர்ந்துள்ளன. முன்னேறுவதற்கான எல்லா வசதிகளும் செய்து கொடுக்கப்பட்டுள்ளன. அவை வளர்ந்து கொண்டும் இருக்கின்றன. ஆனால், ஹரப்பாவிலும் மொஹஞ்சதாராவிலும் நேர்ந்தது போல் நமக்கு நேர்ந்துவிடக்கூடாது. நம்முடைய இந்த வெற்றிகளை வரும் தலைமுறையினருக்கும் தெரிவிக்க வேண்டி யது நம்முடைய கடமையாகும். ஐந்நூறு ஆயிரம் ஆண்டு களுக்குப் பின் பாரதத்தின் வரலாற்றை வாசிக்கும்போது, இந்த வெற்றிகளை அவர்கள் புரிந்துகொள்ள வேண்டும். எவ்வளவு பெரிய இயற்கைச் சீற்றங்கள் ஏற்பட்டாலும் அழியாத வகையில் நாம் நம்முடைய வளர்ச்சியின் வரலாற்றை ஆவணமாக்கி பத்திரப்படுத்த வேண்டும். உறுதியான உலோகத் தகடுகளில் மூன்று நான்கு மொழிகளில் அவற்றைப் பொறித்து ஒரு பேழையில் வைத்து தலைநகரில் எங்கேயாவது ஒரு முக்கிய இடத்தில் புதைக்க வேண்டும்''. அந்தப் பொறுப்பை அவர் என்னிடம் ஒப்படைக்கத் தீர்மானித்தார்.

வேறு இரண்டு வரலாற்றுத் துறை நிபுணர்களோடு மானுடவியல் விஞ்ஞானி என்னும் வகையில் என் பெயரையும் அக்குழுவில் உட்படுத்தி இருந்தார்கள். ஒரு வரலாற்றையே ஆவணப் படுத்துவற்கான அரிய வாய்ப்பு எனக்குக் கிடைத்திருப்பதாக அவர் சொன்னபோதிலும், அதை நிராகரிக்காமல் இருக்க முடியவில்லை.

''மேடம், நான் வரலாற்றாசிரியன் அல்ல. வரலாறு எழுதுவதில் எனக்குத் திறமையுமில்லை. அதே நேரத்தில், சமூக வரலாற்றை உலோகத் தகடுகளில் எழுதி குழிதோண்டி புதைப்பதில் எனக்கு நம்பிக்கையில்லை. அது மனிதர்களின் மனத்தில் எழுதப்பட வேண்டியது. ஹிட்லரும் செங்கிஸ்கானுமெல்லாம் தங்களின்

வரலாற்றை எந்தத் தங்கத் தகடுகளில் எழுதி பாதுகாத்திருந் தாலும் மக்கள் அவர்களை கொடுமையாளர்களாகவும் கொலை யாளிகளாகவுமே கணக்கில் எடுத்துக் கொண்டிருப்பார்கள்.''

அவருடைய முகம் சட்டென சிவந்தது. மேலும் எதுவும் பேசா மல் எழுந்து கொண்ட அவர் விர்ரென உள்ளே சென்றுவிட்டார். அதன்பிறகு இரவும் பகலும் நானும் போலிஸாரின் கண்காணிப் பிலாகி விட்டேன்.

பிரதமரிடம் மன்னிப்புக் கேட்டுக் கொண்டு அவரை அனுசரித்துச் செல்வதுதான் நல்லது என என்னுடன் பணியாற்றுபவர்களும் என் வீட்டார்களும் மேலும் பலரும் என்னிடம் உபதேசித் தார்கள். அடுத்த குடியரசு தினத்தில் அளிக்கப் போகும் 'பத்ம பூஷன்' பட்டியலில் என் பெயரையும் சேர்க்கப் போகிறார்கள் என்றும், அதற்கு முன்னால் பிரதமரைச் சந்திக்குமாறும் அவருடைய அலுவலகத்திலிருந்து எனக்கு போன் வந்தது. மேலும் எனக்கு எதுவும் பேச வேண்டியது இல்லாததால் நான் போகவில்லை. அதன்பின், இந்த வரலாற்றை எழுதுவதற்கு வேறு யாராவது திறமையான அறிவாளிகள் இருக்கிறார்களா என்று என்னிடம் கேட்டார்கள்.

மாலினி படித்து முடித்ததும் பேராசிரியர் பானர்ஜி சிரித்தார்.

''உபலேந்துவை விலைக்கு வாங்கறதுதான் அவருடைய ஆசை. தன்னோட சுதந்தரத்தைப் பத்தி வெகுவாகவே உணர்வுள்ளவ ராக இருந்த அவரால் அந்தச் சதியில் எப்படி விழ முடியும்.''

''அந்த அரசியல் சூழல்தான் இந்த ஆராய்ச்சிய அவர் தொடங்கறதுக்கான தூண்டுதலா இருக்குமோ?''

''நிச்சயமா. தன்னோட சுதந்தர சிந்தனைகளுக்கும் செயல் களுக்கும் கட்டுப்பாடு ஏற்படுத்தியதை அவரால் ஒருபோதும் சகிக்க முடியவில்லை. அதற்குப் பின்னாலுள்ள காலத்திலதான் 'ஆல்ஃபா' என்னும் திட்டத்தைப் பற்றி நாங்கள் விவாதிச்சதும், அந்தத் திட்டத்தத் தயார் செஞ்சதுமாகும்'' என்றாள் மாலினி.

''ஆனா, இவற்றையெல்லாம் அவசர நிலை பிரகடனம் செய்யறதுக்கு ரொம்ப நாள்களுக்கு முன்னாலதானே நடந்தன. அந்தக் காலத்துலேயே பிரதம மந்திரி ஏகாதிபத்திய குணத்தக் கொண்டிருந்தாராமா?''

''நிச்சயமா. அவர் பிறவியிலேயே ஒரு ஏகாதிபத்திய மனப் பான்மை கொண்ட ஒரு பொண்ணுதான். வரலாற்றின் ஒரு பகுதியாகாத வரலாற்றத் தனக்குப் பிடித்தமான முறையில உருவாக்கிக் கொள்ளத்தான் அவரு ஆசைப்பட்டாரு.''

''அதை எதிர்த்து நிற்காம ஒரு ஆராய்ச்சிங்கற பேர்ல நாட்டைவிட்டு பேராசிரியரு போனது சரிங்களா?''

''முதலும் முடிவுமா ஒரு விஞ்ஞானியாத்தான் பேராசிரியரு இருந்தார். ஒரு சமூகவாதியாவோ அரசியல்வாதியாவோ வேஷம் போட அவர் ஆசைப்பட்டதில்ல. தன்னால் ஒத்துப் போக முடியாத சூழல்கள்லேர்ந்து விலகியிருக்கிறதுங்கறது அதன் ஏற்றுக் கொண்டதால் அல்ல, அந்தச் சூழலில தன்னோட செயலுங்கள தொடர்ந்து கொண்டு செல்ல முடியாதுங்கறதினால தான்.''

''ஆனா, இந்த ஆராய்ச்சியத் தொடங்கறதுக்கு அதுமட்டும்தான் காரணமா?''

''அல்ல. அதுவும் ஒரு காரணம். உண்மையில, அந்தக் காலத்துல மானுடவியல்ல நடந்த சில கண்காணிப்புங்கதான் இந்த ஆராய்ச்சிக்குத் தூண்டுதலா இருந்தன. அத நீங்க அடுத்தக் குறிப்புல படிக்கலாம்'' என்று பானர்ஜி சார் கூறினார்.

23

ஆல்ஃபா ஆன் எக்ஸ்பெரிமெண்ட் ஆஃப் ட்ரூத்

அரிசோனாவிலுள்ள 'ஹோபி'* இந்தியர்களின் மொழியைப் பற்றி 'பெஞ்சமின் லீ வார்ஃப்' என்னும் மொழியியலாளர் நடத்திய ஆய்வுகள்தான் மொழிக்கும் உலகப் பண்பாட்டுக்கும் இடையிலான உறவைப் பற்றி என்னை அதிகம் சிந்திக்க வைத்தது. மொழியின் வளர்ச்சியையும் அதன் தனித்தன்மைகளையும் அனுசரித்து நாகரிகமும் வளர்ச்சியும் உறுதிப்படுத்தப்படுகின்றன என்று வார்ஃப் கருதுகிறார். அவருடைய 'மொழியும் மொழியியலும்' என்னும் கட்டுரையில், "The background linguistic system (in otherwords grammar) of each language is not merely a reproducing instrument for voicing ideas but rather is itself the chapter of ideas... we dissect nature along lives laid down by our native language" என்று கூறுகிறார். இந்தோ-ஐரோப்பிய மொழிகளைப் போல் மரபுரிமை வாய்ந்த வகையிலான ஒரு முறையானது 'ஹோபி' மொழியில் இல்லை. நேற்று இன்று நாளை என்னும் முக்கால உணர்வு வழக்கத்தில் இல்லாத அவர்களுக்கு, இறந்த காலமும் வருங்காலமும் இல்லாமல் நிகழ்காலத்திலேயே உறைந்துவிட்ட மொழியாகும் அது. நாள்களும் வாரங்களும் மாதங்களும் இல்லாத அவர்களால் வானவில்லில் இருந்து மீண்டும் எடுத்துக் கொள்ள முடிந்தது மூன்றே நிறங்கள் மட்டும்தான். வார்ஃப், எட்வர்டு ஸாப்பிர் என்னும் மானுடவியலாளருடன் இணைந்து உருவகப்படுத்திய 'வார்ஃப் ஸாப்பிர்' சித்தாந்தம் என்னை வேறொரு வழியில் சிந்திப்பதற்குத்தான் தூண்டியது. இந்த மொழியை இழப்பதினால் ஏற்படக்கூடிய நிலை எப்படி இருக்கும். ஃபிலிப்பைன்ஸில் உள்ள 'ஹானுனு'** என்னும்

*ஹோபி - அரிசோனாவில் வாழும் ஆதிவாசிகள்.

**ஹானுனு - பிலிப்பைன்ஸ் ஆதிவாசிகள். நெல் விவசாயத்தைப் பிரதானமாகக் கொண்டவர்கள்.

வர்க்கத்தினர் 'அரிசி'க்குத் தன்னுடைய குணத்தையொட்டி தொண்ணூற்றிரண்டு வெவ்வேறுவிதமான பெயர்களைச் சூட்டியிருக்கும்பொழுது ஆங்கிலத்தில் அது 'Rice' என்னும் ஒரே வார்த்தையில் ஒதுங்கிவிடுகிறது. நாம் அந்த 'Rice' என்னும் வார்த்தையையும் உதறிவிட்டாலும், 'ஆகாரம்' என்னும் உப யோகத்தின் அடிப்படையில் அதனால் நிலைத்திருக்க முடியாதா என்ன? அந்த வகையில் நாமும் நம்முடைய எல்லா புரிதல் களையும் உதறிவிட்டால் என்ன? அப்படி உதறிய பின் என்ன வெல்லாம் நிகழும்? கண்டிப்பாக பழைய ஆதிமனிதர்களாக முடியாது. லட்சக்கணக்கான ஆண்டுகளின் வளர்ச்சியினால் மனித மூளையானது அதிகப்படி சாமர்த்தியமும், வேகமாகச் சிந்திப்பதற்கும் செயல்படுவதற்குமான திறமையையும் பெற் றிருக்கிறது. மானுடவியலிலுள்ள ஆராய்ச்சிகளெல்லாம் வெறும் ஆய்வு நோக்குகளாக மட்டுமாகி ஒதுங்கி இருந்துவிடு மல்லவா. மற்ற ஆராய்ச்சிக் கூடங்களிலுள்ளதுபோல் தெளிவாக ஓர் ஆராய்ச்சித் திட்டத்தோடு யாரும் செயல்படுவதில்லை. வரலாற்றினுடையதும் உயிரியலினுடையதும் ஃபாஸில் படிப்பி னுடையதுமான ஒரு கூட்டுப் படிப்பாகத்தான் மானுடவியல் செயல்படுகிறது. இங்கேதான் சுதந்தரமான ஓர் ஆராய்ச்சியின் தேவையும் பொருத்தப்பாடுமாகும்.

ஆல்டோ டி ரொஸாரியோ என்னும் சிறிய பிரேஸிலியன் நகரத் தில் உயர்ந்து வந்த சிசு மரண விகிதத்தைப் பற்றி 1965 முதல் நான்ஸி ஷேப்பர் நடத்தி வரும் ஆய்வில்கூட மானுடவியல் இடையில் எதிர்பட்டு குறுக்கிடுகிறது. ஓர் ஆராய்ச்சியிலிருந்து முற்றிலும் இயல்பாக பலன் கிடைக்க வேண்டுமானால் நாம் ஒருபோதும் அதில் குறுக்கிடக் கூடாது. இந்த விஷயத்தில்தான் ரிச்சர்டு லீயுடன் முரண்பட வேண்டியதாகிறது. கலஹாரி பாலைவனப் பிரதேசத்திலுள்ள நாடோடி வேட்டைக்காரர் களைப் பற்றி படிக்கும்போது, லீக் அவர்களில் ஒருவராக மாற முடியாமல் போவதும், மானுடவியல் விஞ்ஞானி குறுக்கிடுவ தால் ஆராய்ச்சியின் பலனை அது எதிர்மறையாகவும் பாதிக்கின் றது. தென் அமெரிக்காவில் உள்ள பராகுவேயில் பனாமா நதிக்கரையில் வசிக்கும் 'கௌராணி' இந்தியர்கள் காடோடு இணைந்து காட்டின் பகுதியாகவே மாறி, வெளியுலகில் நடக்கும் எந்தவொரு தகவலிலும் பங்கு பெறாமல் நல்ல நிலையில் வாழ்கிறார்களல்லவா. நம்முடைய எல்லா அறிவியல் அறிவையும் பறித்துக் கொண்டு ஒரு காட்டில் தூக்கி வீசினாலும்

சுமார் இருபத்தைந்து ஆண்டினால் எல்லாவற்றையும் திரும்பப் பெறுவதற்கும் ஏறக்குறைய கௌராணி வம்சத்தாரைப் போல் அவர்களுக்குச் சமமான ஒரு வாழ்க்கை நிலைக்குச் செல்ல முடியும் என்றும் எனக்குத் தோன்றுகிறது.

'ஆல்ஃபா' என்னும் திட்டத்தைப் பற்றி சிகாகோவில் சில நண்பர்களுடன் விவாதித்தபோது, அது அவர்களுக்கு ஆச்சரி யத்தை ஏற்படுத்தியது. சில பேர்கள் மட்டும் எல்லாவற்றையும் உதறிவிட்டு இருபத்தைந்து வருடங்கள் வாழ்வது என்பது முற்றிலும் கடினமானதாக இருக்கும் என்பது அவர்களின் அபிப்பிராயமாகும். ஆனால், எனக்கு எதிர்பார்ப்புண்டு... அதுவும் நல்ல எதிர்பார்ப்பு.

'Yes. Alpha is an experiment of truth, I believe.'

●

கடைசிக் குறிப்பையும் படித்து முடித்தபின் எல்லோரும் மௌன மானார்கள். பேராசிரியர் கண்களை மூடி உறங்கிக் கொண்டிருந் தார். சிறிது நேரம் சென்றதும் நாங்கள் வெளியேறினோம்.

மறுநாள் காலையில் நான் விழித்தெழுந்தபோது அவர்கள் மூவரையும் காணமுடியவில்லை.

'நாங்கள் திரும்பிப் போகிறோம். தயவு செய்து பின் தொடரா தீர்கள்', என்னும் குறிப்பு மேஜைமேல் இருந்தது. அதனுடன் ஹரிகிருஷ்ண சர்க்கார் மாலினிக்கு எழுதிய மூன்று கவிதை களும்...

24

முடிவுரை

ஆதியில் தண்ணீர் தோன்றியது. தண்ணீரிலிருந்து சின்னச் சின்ன உயிரினங்களும். அமீபா முதலில் மேலெழும்பியது. லட்சக்கணக்கான ஆண்டுகளில் வளர்ந்து வந்த அந்த இயற்கை உயிரிகள் செடிகளாகவும் மரங்களாகவும் பறவைகளாகவும் மிருகங்களாகவும் மனிதர்களாகவும் ஒரு பெரும் உயிரினச் சங்கிலியாகவே மாறியது. இரவுகள் பகல்களையும் பகல்கள் இரவுகளையும் ஆதரித்துக் கொண்டும் ஒன்றோடொன்று நகர்த்திக் கொண்டும் முன்னேறிய போது மனிதன் மற்ற உயிர்களிடமிருந்து வேறுபாடு உடையவனானான். அறிவு என்னும் அற்புதச் சக்தி அவனை இந்தப் பிரபஞ்சத்தையே கட்டுப் படுத்தக்கூடிய திறமைசாலியாக்கியது. இயற்கை முழுவதை யும் அவன் தன் தேவைக்காகவே பயன்படுத்தினான். அவனை அனுசரித்தவற்றை அடிமைப்படுத்தியும் எதிர்த்தவற்றை அழித்தும் அவன் இந்த இயற்கை உயிரிகளின் சொந்தக் காரனானான்.

பூமியின் பல்வேறு பகுதிகளில் பலவகை மொழிகளும் பண் பாடுகளுமாக, கோட்டையும் கொத்தளங்களும் நிர்மானித்து, சமாதானத்தைவிட போர்களின் மூலமாகவே அவர்கள் முன்னேறினார்கள். இரத்த ஆறுகளில் வளர்ச்சியின் கதை எழுதி, உண்மையைவிட அதிகமாக இறுமாப்புகளின் மூலமும் சதிச் செயல்களின் மூலமுமே ஓர் இனம் வளர்ந்தது. ஒன்றாக இருந்த இந்த பூவுலகம் பல நாடுகளாகி, அவற்றின் எல்லைகளாகி, எல்லைப் பிரச்னைகளாகி வெடித்துச் சிதறின. அடிமைத்தனமும் காலனியாதிக்கமும் அவற்றுக்கு எதிரான போர்களும் பேரழிவைத் தரும் ஆயுதங்களும் ஆயுதமற்ற விவாதங்களும் என அவை அனைத்தும் வளர்ச்சியின் படிகளாயின.

அவனை நல்லவனாகவும் அமைதியை விரும்புபவனாகவும் மரியாதையுடையவனாகவும் மாற்றுவதற்கு ஏராளமான மதங் களும் தியானங்களும் உருவாயின. இயேசுவும் புத்தனும் நபியும் காந்தியுமெல்லாம் அவனுக்குப் பாதுகாப்புக்கும் அன்புக்குமான வரியை உபதேசித்தார்கள். ஸ்ரீகிருஷ்ணன் முதல் கார்ல் மார்க்ஸ் வரை நீதியை நிலைநாட்டுவதற்காக ஆயுதத்தைப் பயன்படுத்து வதற்கும் அதன்பின் சமத்துவம் நிறைவான வாழ்க்கையைச் செலுத்துவதற்கும் கற்பித்தார்கள். ஆனால், துவாரகையிலும் சோவியத் ரஷ்யாவிலும் பின்வந்த தலைமுறையினர் தங்களுக் குள்ளேயே அடித்துக் கொண்டு அழிந்தார்கள். மனிதனை நல்லவனாக்க முயற்சித்தவர்களுக்கெல்லாம் தவறு நேருவ தாகத்தான் இருந்தது. அவன் அடிப்படையிலேயே சுயநலமும் அகங்காரமும் உள்ள சதியையும் வஞ்சனையையும் பயின்று, காமமும் குரோதமும் நிறைந்த ஒரு கொடூர மிருகமாக இருந்தான். அவனுக்கேயுரிய அந்தச் சிரிப்பும் கபடத்தின் முகமூடியாக இருந்தது.

பிற்சேர்க்கை

ஹரிகிருஷ்ண சர்க்கார் மாலினிக்கு எழுதிய மூன்று கவிதைகள்:

சுதந்தரம்

சுதந்தரம்...
பருந்துக்கு ஆகாயம்போல்...
விசாலமாகவும் எல்லையற்றதாகவுமாகும்போது
விஷம் புரண்ட அம்புகளோடு ஒளிந்திருக்கும்
நர மாமிசம் உண்பவர்களுக்கு
என் உடல் உணவாக்கப்படுகிறது.
பாட்டுகள் மறந்துபோன குயில்,
காகத்தைப் போல் கடூரமாக கரைகிறது.
உனக்காகப் பாடுவதற்கு நான் ஆர்வப்பட்ட பாடல்
வங்காள கிராமம் ஒன்றில் குண்டடிப்பட்டு விழுந்த
சகோதரனின் கதறலாக மாறுகிறது.

என் கனவின் கேன்வாஸில்
உனக்காக நான் வரைந்த ஓவியம்
அவனுடைய இரத்தத்தில் மூழ்கி
அர்த்தமற்றதாகிறது.

ஆனால், எனக்கிப்போதும் எதிர்பார்ப்புண்டு...
பாரதத்தின் பதினாயிரக் கணக்கான கிராமங்கள்...
ஒரு கூட்டம் காகங்களாயின...
தில்லியிலுள்ள அதிகாரத்தின் தலையை
கொத்திக் கிழிக்கும்,
அந்த இரத்தத்தில் மூழ்கியெடுத்த ஒரு புதிய கொடியுடன்
அந்தக் காக்கைக் கூட்டம் பறந்துயரும் ஆகாயத்துக்கு.
சுதந்தரம் பருந்துக்கு ஆகாயம் போல்...

இரவுக்கு நட்சத்திரங்களைப் போல்...
எனக்குக் கனவுகளைப் போல்...

நட்பு

சிநேகிதியே...
என்னால் உன்னை நேசிக்கத் தெரியவில்லை...
நேசிக்கிறேன் என்று வேண்டுமானால் நடிக்கலாம்.

உன் கண்கள் உதடுகளின் அழகைப் பற்றி
புகழலாம்.

அநேக உவமைகளும் உள்ளர்த்தங்கள் உபயோகித்து
உன் உடலை உலகுக்கு சமானமாக்கலாம்.

சாயம் புரண்ட பொய்களால்
கபடத்தின் அரண்மனை கட்டலாம்.

சுயநலத்தின் முரட்டுக் குப்பாயமும்
அகந்தையின் தலைப்பாகையும் அணிந்த எனக்கு
உன்னை நேசிக்க மட்டும் தெரியவில்லை.

மன்னிக்கவும்.

பைத்தியம்

எனக்குப் பைத்தியம்தான்.
பைத்தியம்...
பைத்தியத்துக்குமேல் பைத்தியம்...
பகலுக்கு விஷம் பரிமாறும் அந்தியைப் போல்
மரணத் தீயில் பறந்து நெருங்கும் பட்டாம்பூச்சியைப் போல்
வெளிச்சத்திலிருந்து இருளுக்குள்,
சத்தியத்திலிருந்து பொய்க்குள்,
அறிவிலிருந்து அறியாமைக்குள்,
சூனியத்துக்குள்... மேன்மையான சூனியத்துக்குள்...
அந்தப் பைத்தியத்துக்குமேல் பைத்தியத்தில்தான் நான்.